शिवछत्रपती

सूत्र विश्वाचं

सुजित नामदेव तांबे

Copyright © 2025 Sujit Namdev Tambe

Made with ❤ on the Notion Press Platform

www.notionpress.com

महाराष्ट्र भवानी अखंड लक्ष्मी अलंकृत सकल सौभाग्य संपन्न
स्वराज्यजननी राजमाता जिजाऊसाहेब,
हे राज्य व्हावे ही तर श्रींची इच्छा असं म्हणून महादेवाला रक्ताने अभिषिक्त
करून स्वराज्य निर्माण करून शौर्य गाजवणारे
स्वराज्यसंस्थापक छत्रपती शिवाजी महाराज आणि
काल की चौकट पे भी नहीं हुई जिसकी पराजय,
मौत भी नतमस्तक है, वो बस एक ही शंभु मृत्युंजय अशा
स्वराज्यरक्षक धर्मवीर स्वातंत्र्यवीर छत्रपती संभाजी महाराज
यांच्या चरणी हे पुष्प अर्पण

॥ जय जिजाऊ जय शिवराय जय शंभुराजे ॥

(१९ फेब्रुवारी १६३० - ३ एप्रिल १६८०)

अफझुल्ल्या फाडला, भगवा त्याच्या छातीत गाडला.

पन्हाळा सोडून गनिमांना चकवा दिला, शाहिस्ता लोळवला,

गनिमांचा फडशा पाडला.

आग्र्याचा दरबार गाजवला, मर्द मराठा गरजला.

सह्याद्रीचा राजा, रयतेचा राजा, जाणता राजा, लोककल्याणकारी राजा

"छत्रपती" झाला.

प्रत्येक शिवभक्तांच्या मनी एकच प्रश्न? करावं वाचन कशाचं,

माझ्या मर्द मावळ्यांनो सांगतो ऐका

"शिवछत्रपती: सूत्र विश्वाचं"

॥ शिवबाचे गोंधळी ॥

Chhatrapati Sambhaji Maharaj: An Invincible King हा इंग्रजी ग्रंथ लिहिल्यानंतर बऱ्याच प्रतिक्रिया आल्या, सगळ्यांनी तो ग्रंथ आवडीने वाचला, पण सगळ्यांच्या मनी एकच विचार होता कि शंभूराजांवर पुस्तक आलं तेही इंग्रजीमध्ये. आता छत्रपती शिवाजी महाराजांवर पुस्तक लिहिणार का? आणि लिहिलेच तर ते कसं असेल, त्यात नावीन्य काय असेल? इतिहास तर सर्वांना अवगत आहे, पण त्यातून काय शिकावं हे महत्त्वाचं आहे.

छत्रपती शिवाजी महाराज जरी माणसाच्या रुपी जन्माला आले असले, तरी माझ्यासारख्या या कलियुगातील मावळ्यासाठी ते देवच आहेत.

शिवरायांच आज नाव घेऊन या जगात जगत असताना आपण कसं वागल पाहिजे हे खूप महत्त्वाचं आहे. त्यासाठीच आधी सर्वांनी शिवराय समजून घेणं गरजेचं आहे. कारण ते म्हणतात ना जो इतिहास विसरतो तो कधीच इतिहास घडवू शकत नाही. म्हणूनच या ग्रंथरूपी पुस्तकाच्या रूपाने काही गोष्टी लहान मुलांपासून ते वृद्ध वयाच्या सर्व लोकांपर्यंत मला पोहचवायच्या आहेत.

२०२३ च्या श्रावणात तुळजापूरला जगदंबा मातेचं दर्शन करून आल्यावर सहजच तिथं असलेल्या कवड्याच्या माळेवर लक्ष गेलं. देवीचा जागर करणाऱ्या गोंधव्व्याकडे ती माळ होती. मनात विचारांचं वादळ उठलं

होत, एक इंग्रजी पुस्तक लिहलं म्हणजे सगळं झालं का? असे प्रश्न मनात येऊ लागले. आयटी क्षेत्रात काम करता करता व्यवस्थापन चांगलंच लक्षात येऊ लागलं होत, अचानक आठवलं कि शिवरायांनी स्वराज्याच सुराज्य व्हावं यासाठी हे व्यवस्थापनच वापरलं होत. आजच्या युगातही त्याची तेवढीच गरज आहे. देवीच्या समोर असलेला जळता पोत हेच खुणावत होता कि आपणही एका अर्थाने शिवबाचे गोंधळीच आहोत, शिवरायांचा जागर करायचा आणि फक्त युद्धांचा नव्हे तर त्यांच्या व्यवस्थापनाचा, त्यांच्या अंगी असलेल्या सत्व गुणांचा, त्यांनी दिलेल्या आयुष्य जगण्याच्या सूत्राचा.

पंचभुतांचा देह-पोत हा, त्रिगुण गुणी वळला !
चैतन्याची ज्योत लावुनी, प्रज्वलित केला !
सकाम कर्मे कवड्या यांची, माला मम कंठी !
कर्मफळाचा कुंकुम मळवट, माझ्या लल्लाटी !
आदिशक्तीचे कवतुक मोठे, भुत्या मज केले !!!

या पुस्तकरुपी ग्रंथामध्ये ३ चरण केलेले आहेत ते म्हणजे स्वराज्य, व्यवस्थापन आणि सुराज्य.

स्वराज्यमध्ये प्रामुख्याने महाराजांच्या आयुष्यातील सर्वात महत्वाचे असे प्रसंग सांगण्यात आले असून, तो इतिहास सर्व सामान्य लोकांना कळणं आवश्यक आहे. छत्रपती शिवाजी महाराजांनी स्वतः वाघनखांनी अफझल खानाचा काढलेला कोथळा असेल, लालमहालात घुसून शाइस्तेखानाची केलेली फजिती असेल, वीर शिवा काशीद, बाजीप्रभू देशपांडे तसेच सुभेदार तानाजीराव मालुसरे यांचे महत्त्वपूर्ण प्रसंग या स्वराज्यमध्ये मांडण्यात आले आहेत. गनिमी काव्याच एक उत्तम उदाहरण म्हणजे औरंगझेबाच्या हातावर तुरी देऊन आग्र्याहून झालेली सुटका, हे सर्व प्रसंग बारकाईने नमूद केलेले आहेत.

खूप कमी लोकांना शिवरायांच्या व्यवस्थापन विषयाबद्दल माहिती आहे. त्यात हि बराच भ्रम आहे, या सगळ्यांना लक्षात घेऊन पुस्तकाचा दुसरा भाग महाराजांचं व्यवस्थापन कस होत यासाठी लिहलेला आहे. याच अचूक व्यवस्थापनाच्या जोरावर राजांनी अनेक लढाया जिंकल्या आहेत.

पुस्तकाचा सर्वात महत्त्वाचा भाग म्हणजे सगळ्यात शेवटचा. शिवराय कसे जगले हे कळणं जितक गरजेचं आहे, तितकच महत्त्वाचं म्हणजे आज या जगात शिवरायांना स्मरण करून कस जगल पाहिजे हे देखील आहे. जेव्हा तरुण वर्ग हे पुस्तक वाचेल, तेव्हा नक्कीच कुठंतरी ते विचार करायला चालू करतील. या ३ चरणांचे जो व्यक्ती वाचन करेल त्याला या पुस्तकाचे महत्त्व आणि मर्म दोन्ही लक्षात येतील, अशी माझी खात्री आहे.

आम्हां घरी धन,शब्दांचीच रत्ने । शब्दांचीच शस्त्रे,यत्न करू ।।
शब्दची आमुच्या जीवीचे जीवन । शब्दे वाटू धन,जनलोक ।।
तुका म्हणे पाहा,शब्दचि हा देव । शब्दाची गौरव पूजा करू ।।

वरील जगद्गुरू तुकोबारायांच्या अभंगानुसार शिव-शौर्याचा शब्दांमध्ये शिवगौरव मांडण्याचा माफक प्रयत्न माझ्या हातून होतोय, याच सर्व श्रेय माझ्या जन्मदात्यांना जातं. यामध्ये काही दोष असेल तो मज पामराचा समजावा आणि जे जे चांगले आहे ते शिवप्रभूंच्या आशीर्वादाचे समजावे. भूम-परांडा-वाशीचे आमदार विकासरत्न मा.श्री.डॉ.प्रा.तानाजीराव सावंत सरांनी या ग्रंथ प्रकाशन कार्यासाठी वेळोवेळी खूप मदत केली. त्यांच्या प्रोत्साहनाशिवाय हा प्रवास अशक्य होता.

मी इथे तुलना करत नाहीये, पण रामायण आणि महाभारत हे जसे आपले धर्मग्रंथ आहेत, तसेच वयाचे ५० वर्ष छत्रपती शिवाजी महाराजांचा जो धगधगता इतिहास आहे ना, तो आपण सर्वांनी शिवभारत म्हणून जगला पाहिजे, वाचला पाहिजे. आजच्या युगात शिक्षण हाच शिव विचार आहे. त्यामुळे तरुण पिढीने खऱ्या अर्थाने शिवराय समजून घ्यायला हवेत.

ज्याप्रमाणे जगद्गुरू तुकाराम महाराज म्हणतात, "शिव तुझे नाव ठेविले पवित्र छत्रपती सूत्र विश्वाचे की" अगदी त्याचप्रमाणे प्रत्येक मनुष्याचं जगण्याचं एक मूल्य असतं, एक सूत्र असतं, हे सूत्र शिवरायांशी एकरूप होणं फार महत्त्वाचं आहे. या पुस्तकरूपी ग्रंथाला नाव काय द्यायचं हा मनात प्रश्न होता, तेव्हा आपसूकच एक विचार मनाला भिडला. शिवराय म्हणजे जगण्याचं एक सूत्र आहे आणि हेच सूत्र संपूर्ण विश्वाने आत्मसात करायला हवं. म्हणूनच छत्रपती शिवाजी महाराजांच्या सर्व शिवभक्तांसाठी प्रस्तुत करतोय,

"शिवछत्रपती: सूत्र विश्वाचं"

इतिहासाची संबळ वाजवत शिव विचारांचा गोंधळ घालणारे आम्ही शिवबाचे गोंधळी !!!

श्री रायदुर्गपती राजा श्री शिवछत्रपती चरण हृदयांकित

सुजित नामदेव तांबे

पत्ता: चिंचपूर (ढगे) ता. भूम जि. धाराशिव

दूरध्वनी क्रं: ८३०८७६३६५०

सप्रेम आभार

सर्वप्रथम श्री.प्रा.डॉ. तानाजीराव जयवंतराव सावंत सर यांना माझा सप्रेम सादर नमस्कार, त्यांनी या पुस्तकरूपी ग्रंथाला दिलेला पाठिंबा नक्कीच माझ्यासारख्या एका नवीन लेखकाचे मनोबल उंचावणारा आहे. त्यांनी दिलेली कौतुकाची थाप माझ्यासाठी खूप महत्वाची आहे.

माझे वडील श्री.नामदेव पोपटराव तांबे आणि आई सौ.जयश्री नामदेव तांबे यांचेही विशेष आभार मानायचे आहेत. या ग्रंथलेखनासाठी त्यांनी केलेल्या मार्गदर्शन आणि पाठिंब्याबद्दल मी त्यांचा सदैव ऋणी राहीन. त्यांच्या प्रेमाने आणि पाठिंब्याने मी राजांबद्दल वाचायला सुरुवात केली आणि त्यांच्या काही विशेष पैलूंचा अभ्यास करून त्याच आधारावर मी या पुस्तकात विशेष लक्ष केंद्रित केले आहे.

माझी पत्नी सौ.स्नेहल सुजित तांबे हिने या ग्रंथ लेखनामध्ये जी माझी वेळोवेळी साथ दिली त्यासाठी तिचेही खूप खूप आभार. मागील एका वर्षात खंबीरपणे सोबत राहून या ग्रंथ लिखाणासाठी तीने नेहमीच मला प्रेरित केलं आहे.

मी नमूद करू इच्छितो की माझ्या सर्व प्रियजनांच्या पाठिंब्याशिवाय हे पुस्तक अशक्य होते. या कालावधीत मी जे काही करत होतो त्याबद्दल माझ्यावर विश्वास ठेवल्याबद्दल माझे सर्व मित्रपरिवार आणि सहकारी यांचे विशेष आभार. पुस्तक लेखनाच्या या प्रवासात सर्वांच्या सहकार्यासाठी त्यांचे खूप खूप धन्यवाद.

अनुक्रमणिका

प्रथम चरण
स्वराज्य

प्रतिपच्चं
द्रलेख्ये व वर्धिष्णुर्वि
श्व वंदिता शाहस
नो: शिवस्यैषा मुद्रा
भद्राय राजते

॥ हर हर महादेव ॥
॥ जय जिजाऊ जय शिवराय जय शंभुराजे ॥

शिवप्रताप: १० नोव्हेंबर १६५९

सोळाव्या शतकात जुलमी आदिलशाही, निजामशाही, कुतुबशाही आणि मुघलशाही यांनी महाराष्ट्र उद्ध्वस्त केला होता. भारत अनेक वर्षे परकीय आक्रमनांच्या गुलामगिरीमधे होता. रयत संकटात होती, आदिलशाही फौजा मुलुखात धुमाकूळ घालत होत्या. राजमाता जिजाऊ आणि स्वराज्य संकल्पक शहाजीराजे भोसले यांनी त्यावेळी एक निर्णय घेतला. स्वराज्य उभारणीसाठी त्यांना हा निर्णय घ्यावाच लागला. दोघांनीही अस ठरवल की थोरले पुत्र संभाजी राजे हे शहाजी राजेंसोबत बंगळूरला राहतील आणि धाकटे पुत्र शिवाजी राजे हे जिजाऊ आई साहेबांसोवत राहतील.

किती तो त्याग ! का? फक्त स्वराज्यासाठी.

फाल्गुन वद्य तृतिया शके १५५१ म्हणजेच **१९ फेब्रुवारी १६३०** हा दिवस होता; गुलामगिरीचा अंधार मिटवण्यासाठी जणू सूर्याचा जन्म झाला होता. होय ज्ञानसूर्यचं; छत्रपती शिवाजी महाराजांनी स्वराज्य स्थापन केले. आपल्या बालपणापासूनच शिवरायांनी फक्त एकच ध्येय ठेवलं, ते म्हणजे स्वराज्य स्थापनेच. वय वर्ष १४ असताना रायरेश्वराच्या मंदिरात जाऊन

महादेवाच्या पिंडीवर रक्ताचा अभिषेक करून त्यांनी तशी शपथच घेतली, यावेळी त्यांचे सर्व सवंगडी त्यांच्या समवेत होते.

आदिलशाही, निजामशाही, कुतूबशाही, मुघलशाही, डच, पोर्तुगीज आणि इंग्रज या सगळ्यांना शह देऊन स्वराज्य निर्माण करून एक सार्वभौम राज्य त्यांनी निर्माण केलं. स्वराज्यातील जनतेला हक्काचा आधार मिळाला होता. जेव्हा छत्रपती शिवाजी महाराजांनी सगळ्यांना मायेचा आधार दिला, तेव्हा सर्वांना दिलासा मिळाला.

स्वराज्य सुरळीत चालू होते. तेवढ्यात स्वराज्याला कोणाची तरी दृष्ट लागली आणि एका मागे एक अशी भली मोठी संकट चालून आली.

आदिलशाही मधुरी

शिवाजी राजे आपल्याला डोईजड झाल्याचे आदिलशहाच्या लक्षात आले म्हणून याबाबत काहीतरी करायलाच पाहिजे असे ठरवून त्याने आपल्या सरदारांची एक गुप्त बैठक घेतली. या बैठकीत विचार-विनिमय करून असे ठरले की, शिवरायांवर जरब बसविण्यासाठी त्यांचे वडील शहाजीराजे यांनाच कैदेत टाकावे. तेव्हा शहाजीराजे हे जिंजीचा किल्ला घेण्यासाठी लढत होते त्यामुळे त्यांचा मुक्काम तेव्हा छावणीतच असे.

जर शहाजीराजेंना झोपेतच जेरबंद करून कैदखान्यात टाकले, तर शिवाजीराजे त्यांना सोडविण्यासाठी येतील व तेव्हा त्यांचा समाचार घेता येईल, असा सल्ला आदिलशहाला देणारे मराठा सरदारच होते.

सरदार बाजी घोरपडे यांचा सल्ला ऐकून आदिलशहाला वाटले, 'हा सरदार आपल्याच लोकांवर घाव घालून आपल्याच मायभूमीची राख-रांगोळी करायला निघालाय' परंतु हे विचार त्याने बोलून न दाखवता तो मनातून खूप खुष झाला आणि त्याने सर्वांना त्याप्रमाणे कामाला लागण्यास सांगितले.

आदिलशहाचा हुकूम होताच सरदार अफझलखानाने आपल्याबरोबर मुस्ताफाखान, बाजी घोरपडे, बाळाजी हैबतराव, अंबरखान, बहलोलखान, मंबाजी भोसले असे सरदार आणि मोठी फौज घेऊन जिंजीकडे प्रस्थान केले.

शहाजीराजांनी या सर्वांना बघितले तेव्हा त्यांच्या मनात शंका आली की, 'यांचा नक्कीच काहीतरी डाव आहे.'

मुस्ताफाखानाने शहाजीराजांच्या गळ्यात पडून सांगितले,

"राजे, आप जिंजी का किला जितने के लिए जान की बाजी लगा रहे है इसलिए आदिलशाह आपसे बेहद खुश है, आप ये किला जल्द से जल्द जीत पाए और बाकि मुल्ख जितने में लगे इसलिए हमें आपके मदद के लिए भेजा है"

दगाफटका

शहाजीराजांनी मुस्ताफाखानच्या बोलण्यावर विश्वास ठेवला पण ते तरी देखील सावध होते. मुस्ताफाखानचे त्यांच्या छावणीवर बारीक लक्ष होते. शहाजीराजे पहाटेच्या गाढ झोपेत असताना अफझलखानचे शेकडो सैनिक हातात तलवारी व पेटत्या मशाली घेऊन शहाजीराजांच्या छावणीत आले.

तेव्हा शहाजीराजे ताडकन उठले व त्यांच्या लक्षात आले की, आपल्याबरोबर धोका झाला आहे परंतु तसे असताना देखील शहाजीराजांनी शत्रूशी तलवारीने लढून प्रतिकार केला. परंतु शेकडो सैनिकांसमोर एकट्याने लढणे अशक्यच होते. त्यामुळे शहाजीराजे जखमी झाले व भोवळ येऊन खाली कोसळले.

त्याबरोबर लगेचच अफझलखानच्या सैन्याने त्यांना उचलून खानाच्या छावणीत आणले व त्यांच्या हाता-पायात बेड्या घालून कैद केले.

शहाजीराजे अशा रितीने कैद झाले. अफझलखान व इतर सरदारांना फार आनंद झाला. आता शिवाजीराजे आपल्या ताब्यात येणारच असे त्यांना वाटले.

शहाजीराजे भानावर आल्यावर त्यांना सर्व काही समजले. इकडे शिरवळचा किल्ला व कोंढाणा स्वराज्यात दाखल झाले म्हणून शिवराय व त्यांचे मर्द मावळे राजगडावर आनंद साजरा करीत होते, परंतु तितक्यात त्यांना शहाजीराजांना कैद केल्याचे समजले. जिजाऊ व शिवराय अत्यंत काळजीत पडले.

तेवढयात दुसरी बातमी आली की, बंगळुरला असणारे शिवरायांचे मोठे बंधू संभाजीराजे व इतर कुटुंबियांना जेरबंद करण्यासाठी मुस्तफाखानाने बंगळुरला मोठी फौज पाठविली आहे. त्याचबरोबर तिसरे संकट देखील त्यांच्या समोर उभे राहिले ते म्हणजे शिवरायांना धडा शिकविण्यासाठी आदिलशहाने फत्तेखानाला मोठी फौज घेऊन पाठविले आहे.

शिवरायांच्या पुढे हे तिहेरी संकट आले त्यामुळे ते अतिशय काळजीत पडले म्हणून त्यांनी राजमाता जिजाऊ साहेब व इतरांशी चर्चा केली व स्वराज्यावर आलेल्या संकटांची सर्वांना कल्पना दिली. जर शत्रूच्या कारवाया थांबल्या नाहीत, तर सर्वजण शत्रूच्या कैदेत पडतील. प्रसंग खरोखरच कठीण आहे.

सर्वांचीच जर सुटका करायची असेल तर स्वराज्याला मुकावे लागणार आणि स्वराज्य जतन करायचे म्हंटले तर शहाजीराजे व इतर कुटुंबीय शत्रूच्या कैदेत खितपत पडणार. काय करावे, परंतु यातून काहीतरी मार्ग काढलाच पाहिजे.

श्रींची इच्छा होती, हे राज्य व्हावे म्हणून. मग ते टिकावे यासाठी देखील तेच काहीतरी मार्ग सुचवतील. आता धीर सोडून चालणार नाही.

शिवरायांचे चातुर्य

शिवराय मुत्सद्दी होते त्यामुळे त्यांनी मार्ग शोधला. दिल्लीच्या बादशहाला कसले तरी आमिष दाखवून त्याच्याशी संधान जुळवायचे व त्याचा दबाव आदिलशहावर आणून थोरले महाराज व थोरले बंधू संभाजीराजांना वाचवावयाचे.

शिवरायांचे वय तेव्हा फक्त अठरा वर्षांचे होते तरीदेखील त्यांची दुरदृष्टी पाहून जिजाऊंना फार कौतुक वाटले व शिवरायांविषयीचा आदर अधिकच वाढला.

मोगलांसारख्या सर्व सत्ताधीशांनी आपली शक्ती पाहिली की ते नक्कीच आपल्याशी मैत्रीचा हात पुढे करतील व त्यासाठी आपण प्रथम पुरंदरसारखा गड ताब्यात घेऊ. फत्तेखान आपल्यावर चालून येण्याआधीच पुरंदर घेतला पाहिजे; म्हणजे गडाच्या आश्रयाने आपण त्या फत्तेखानाचा सहज पराभव करू शकू, असे शिवरायांचे विचार होते. तेथील सर्वजण शिवरायांच्या या डावपेचाने आश्चर्यचकित झाले व त्यामुळे त्यांना शिवरायांची दूरदृष्टी देखील कळली.

स्वारी अफझलखानाची

विजापूरचा सुलतान आदिलशाह १ नोव्हेंबर १६५६ रोजी मरण पावला. त्यामुळे विजापूरमध्ये अराजकतेचे वातावरण निर्माण झाले होते. या परिस्थितीचा फायदा घेऊन औरंगजेबाने विजापूरवर हल्ला केला आणि शिवरायांनी औरंगजेबाला साथ देण्याऐवजी त्याच्यावर हल्ला केला, त्यामुळे औरंगजेब शिवाजी राजांवर चिडला.

थोड्याच दिवसात शहाजहानच्या आझेवरून औरंगजेबाने विजापूरशी तह केला. याच काळात शहाजहान आजारी पडला. त्यामुळे औरंगजेब उत्तर भारतात परत गेला.

औरंगजेब आग्र्याला परतल्यावर विजापूरचा सुलतान आदिलशहा दुसरा यानेही सुटकेचा निःश्वास सोडला. आता शिवाजी राजे विजापूरचे सर्वांत शक्तिशाली शत्रू होते. सुलतानाने महाबली शहाजीराजांना आपल्या मुलाला ताब्यात ठेवण्यास सांगितले. मात्र शहाजीराजांनी हे करण्यास असमर्थता व्यक्त केली होती.

शिवाजीला थांबवलेच पाहिजे असा विचार करून बडी बेगम साहिबाने दरबारात विचारणा केली आणि शिवाजीला कोण रोखणार असा प्रश्न करून सर्व सरदारांना आव्हान दिले.

"क्या इस दरबार मे उस गद्दार सिवा को टक्कर देनेवाला कोई मर्द नही रहा?"

"लानत, लानत है !"

कोणी तयार होत नव्हत. फतेह खान, मुस्तफा खान, बाजी घोरपडे, पैलवान खान, अब्दुल सय्यद हे आदिलशाही चे सरदार एकमेकांकडे बघत होते.

सगळे सरदार खाली मान घालून बेगमची आगपाखड ऐकत होते. तेवढ्यात एक सरदार पुढे झाला.

"कातीले मुतमर्रीदान काफिरान, शिकंदे बुनियादे बुतान

दीन दार कुफ्रशिकन! दीन दार बुतशिकन! अफझल खान"

आता हे शब्द ऐकल्यावर यमक जुळणारे शब्द आहेत असा भास कदाचित होऊ शकतो, पण या पदव्या होत्या त्या अफजुल्ल्याच्या. दीनदार बुद शिखन म्हणजे मुर्त्या फोडणारा आणि दीनदार कुफ्र शिखन म्हणजे काफरांना मारणारा. मराठ्यांना तो काफर म्हणायचा.

"गर्र अर्ज कुदन सिपहर अअला, फजल फुजला व फजल अफझल अझ हर मुल्की बजाए तसबीह. आवाज आयद अफझल अफझल"

याचा अर्थ असा आहे की, जर उच्चातल्या उच्च स्वर्गला विचारणा केली की सामान्य माणूस आणि अफझलखान यांच्यात श्रेष्ठ कोण आहे? तर जपमाळेतूनही आवाज येईल अफझल! अफझल!

अफझलखानाने शिवाजी राजांना मारण्यासाठी एक पाऊल पुढे टाकले.

"मै लाऊंगा उस काफर को जिंदा या मुर्दा" अशी कसम खात खानाने दरबारात विडा उचलला.

त्याने मोठ्या सैन्यासह मराठी स्वराज्यावर कूच केले. वीस हजाराची हत्यारबंद कडवी फौज, नव्वद मोठ्या तोफा, तीनशे लहान तोफा घेऊन खान स्वराज्यावर निघाला ते हि एका सूर्याला ग्रहण लावण्यासाठी.

कराराचा प्रस्ताव

शिवाजी राजांना संपवण्यासाठी बेगमने अफझलखान (अब्दुल्ला भटारी) याला शिवाजी राजेंविरुद्ध पाठवले. अफझलखानाने १६५९ मध्ये दारूगोळा आणि घोडेस्वारांनी सुसज्ज अशा मोठ्या सैन्याला घेऊन प्रवास केला. अफझल वाटेत सर्व काही लुटत प्रतापगडा जवळ पोहोचला. शिवाजी राजे खूप संतापले होते पण त्यांची लष्करी क्षमता मर्यादित आहे हे त्यांना माहीत होते. त्यामुळे त्यांनी मुत्सद्देगिरीचा परिचय करून दिला आणि मौन बाळगले.

खान स्वराज्यावर सरळ चाल करून आला नाही, त्याची राक्षसी पावलं दुसरीकडेच वळत होती. शिवाजी राजांची आणि अखंड महाराष्ट्राची कुलस्वानिमी आई तुळजाभवानी मातेच्या तुळजापूरच्या मंदिरात अभद्र घडवून खान पंढरीच्या विठुरायाकडे निघाला. भूमच्या माणकेश्वरला हि त्याने प्रचंड उतमात माजवला होता. हे सर्व असह्य होत, शिवाजी महाराज

सयंम ठेवून होते. पण मनात मात्र त्यांनी पक्क ठरवलं कि खान हा मारायचाच.

अफझलखान हा तोच राक्षस होता ज्याने शिवाजीराजांचे वडील शहाजीराजे यांना अटक केली होती आणि कनकगिरीच्या वेढ्यात शिवरायांचे मोठे बंधू संभाजी राजे यांच्या मृत्यूलाही अफझल खानच जबाबदार होता.

मोहिमेस निघण्यापूर्वी अफझलखान फकिराच्या दर्शनाला गेला होता, त्याने आशीर्वाद देताना तुझा मृत्यू निश्चित आहे असे सांगितले होते. अफझलखान तिथून विजापूर जवळील अफझलपूर या गावी आला आणि आपल्या ६४ बायकांना त्यांं मारून टाकलं.

मारून टाकण्याचा उद्देश हाच कि आपल्या मृत्यूनंतर त्या बायका कोणत्या पर पुरुषाबरोबर जाऊ नये, आणि आपल्या लौकिकास कलंक लागू नये. इतका क्रूर हा राक्षस होता.

अफझलखानाने आपला दूत कृष्णाजी भास्कर याला मैत्रीचा संदेश घेऊन शिवाजी राजेंकडे वाटाघाटीसाठी पाठवला. याद्वारे त्यांनी संदेश पाठवला की, शिवाजी राजे जर विजापूरचा हुकूम मान्य करत असतील, तर सुलतान त्यांना शिवाजीच्या ताब्यात असलेल्या सर्व प्रदेशांवर अधिकार देईल. त्याच बरोबर शिवाजी राजांना विजापूरच्या दरबारात मानाचे स्थान मिळेल.

शिवाजी राजांचे मंत्री व सल्लागार या तहाच्या बाजूने होते. पण ही गोष्ट शिवाजी राजांना आवडली नाही. त्यांनी कृष्णाजी भास्कर यांना योग्य तो मान देऊन आपल्या दरबारात ठेवले आणि परिस्थितीचा आढावा घेण्यासाठी आपले दूत पंत गोपीनाथ बोकील यांना अफझलखानाकडे पाठवले.

गोपीनाथ पंत आणि कृष्णाजी भास्कर यांच्याकडून ज्या काही गोष्टी समजल्या त्यावरून शिवाजी राजांना पक्क ठाऊक होत की अफझलखानाला भेटीचा कट रचून त्यांना मारायचे अथवा अटक करायची आहे.

या मुत्सद्देगिरीला उत्तर देताना शिवाजी महाराजांनी अफझलखानाला एक मौल्यवान भेटही पाठवली आणि अशाप्रकारे अफझलखानाने सहमती दर्शविली. महाराजांनी त्याच्या प्रत्येक हालचालीवर लक्ष ठेवलं होतं. राजांना काहीही करून हा अफझलखान नावाचा दैत्य मारायचाच होता.

१० नोव्हेंबर १६५९

स्वत:ची तयारी करताना महाराजांनी आपली लांब दाढी लहान केली. त्यांनी डोक्यावर लोखंडी टोपी घातली. अंगामध्ये चिलखत घातले. आपल्या डाव्या हातात त्यांनी बिचवा (शस्त्र) लपवला, एवढ्या ताकदीने शिवाजी राजे गडाखाली यायला तयार झाले.

अफझलखान सदरेजवळ येताच शामियाना पाहून आश्चर्यचकित झाला. हिरेजडित शामियाना, आयुष्यात कधीच इतका मोठा शामियाना खानाने पाहिला नव्हता.

खानाला माहीत नव्हत की तो एका श्रीमंत योगी च्या दारात आहे.

जसं जसं वेळ जात होता तसं तसं खानाला घाई होऊ लागली, त्यानं २-३ वेळा गोपीनाथ पंतांना शिवाजी राजाला बोलण्यासाठी विनवणी केली. खानाने शिवाजी राजांना लवकर भेटण्याचा निरोप पाठवला.

१० नोव्हेंबर १६५९ रोजी अफझलखान त्याच्या सैन्यासह प्रतापगडावर पोहोचला.

शिवाजी महाराजांवर प्रेम करणाऱ्या देशभक्त, राष्ट्रभक्त अशा मावळ्यांना राजांच्या सुरक्षेची खूप काळजी होती. पण शिवाजी राजांनी

स्वराज्य बळकट करण्याचा निश्चय केला होता. शिवाजी राजांनी आपल बख्तियार, कुर्ता आणि अंगरखा घातले आणि डोक्यावर जिरेटोप घालून, एका हातात वाघनख (वाघांचे पंजे) घालून अफझलखानाला भेटायला निघाले.

शिवाजी राजे गडावरून खाली आले होते. त्यांच्या सोबत १० अंगरक्षक होते.

राजांच्या संगतीला वतनावर पाणी सोडून आलेले कान्होजी जेधे, बाबाजी भोसले, नेताजीराव पालकर, येसाजी, मोरोपंत, तान्हाजी, संभाजी कावजी हि मंडळी होती.

शिवरायांचे १० आणि खानाचे १०, शामियाण्यापासून बाणाच्या टप्प्याच्या अंतरावर दोन्ही बाजूचे अंगरक्षक उभे राहिले.

भेटीच्या ठिकाणी फक्त स्वतः राजे, अफझल खान आणि दोन्ही बाजूचे वकील असावे असा मनसुबा राजांच्या मनी होता, पण खाना सोबत सैय्यद बंडा देखील शामियान्यात निघाला.

शिवाजी राजेंसह जिवा महाला आला आणि अफझलखान आणि त्याचा सय्यद बंडा नावाचा अंगरक्षक दोघेही आता आले. जिवा महाला शिवाजी राजेंसह शामियान्याकडे निघाला.

ऐतिहासिक क्षण

भेटीचा क्षण जवळ आला, अफझलखान आधीच शामियाण्यामधे बसला होता, शामियाना बघून खानाला आश्चर्य वाटलं. असा रत्नजडित शामियाना तर आदिलशाह चा पण नव्हता.

शिवराय दिसता क्षणी तो जागेवरून उठला. बहुतेक त्याला त्याचा काळ दिसला असावा.

बघताच म्हणला,

"आओ सिवा हमारे गले मिलो बाद मे आराम से बैठकर बाते करते है, घबराओ मत, मै तो तूम्हारे चाचा जान की तरह हू"

शिवरायांनी खानाचा मनसुबा जाणला. त्यांना बहिर्जी नाईकांनी सांगितलेली गोष्ट आठवली, तसे ते सावध झाले.

खानाने पूर्वी असेच दक्षिणेतील राजा कस्तुरीरंगाला मैत्रीच्या बहाण्याने बोलावले होते. दगाफटका करून भेट घेताना त्याने त्या राजाला आपल्या डाव्या हातात त्याची मान दाबून उजव्या हाताने वार करून मारले होते.

समर्थ रामदास स्वामींनी लिहून ठेवलंय, अखंड सावधान असावे दुष्चित कदापि नसावे. ढोंगी अफझलखानाने शिवाजी राजांना मिठी मारण्यासाठी बोलावले. अफझलखान हा लांबलचक शरीराचा माणूस होता.

धूर्त खानाने शेवटी दगा केलाच. भेट घेताना त्याने त्याच्या डाव्या हाताखाली शिवाजी राजांना पकडून वरतून मान दाबून त्यांच्या खांद्यावर वार केला.

आतमध्ये अंगरखा घातला असल्यामुळे त्याचा वार फिका केला. इतक्यात महाराजांनी क्षणार्धात त्यांच्या डाव्या हातात लपवलेल्या वाघनखांचा पाठीमागून मारा केला.

वाघनखातून वार करून बिचव्याने खानाचे पोट टर टर फाडून त्याला ठार मारले.

मार्गशीर्ष शुद्ध सप्तमी शके १५८१ म्हणजेच १० नोव्हेंबर १६५९ या दिवशी महाराजांनी त्याचा कोथळा बाहेर काढला. ना प्रतापगडावर ना खाली गावात, महाराजांनी बरोबर मधेच आणून त्याला फाडला.

१७ व्या शतकातील हिरण्यकशपूरूपी राक्षसाला त्याच शतकातील नरसिंहाने कसा फाडला हे आजही इतिहास आपल्याला सांगतो. इतक सगळ झाल्यावर खानाचा अंगरक्षक सय्यद बंडा राजेंवर धावून आला.

तो वार करणार इतक्यात जिवा महालाने सय्यद बंडाचा हात वरच्या वरी उडवला आणि राजेंना वाचवले.

त्या घटनेवरून मराठीत एक वाक्य प्रसिद्ध आहे ते म्हणजे "होता जीवा म्हणून वाचला शिवा."

काही लोक त्यांना कल्पवृक्ष म्हणतात कारण ते प्रत्येकाच्या इच्छा पूर्ण करते. कवी भूषण त्याला चंद्र म्हणतात कारण चंद्राच्या कले प्रमाणे महाराजांचे राज्य झेप घेत वाढत होते. काही जण त्यांना त्यांच्या युद्धाच्या पराक्रमामुळे सिंह म्हणतात, तर काही जण त्यांना देव मानतात. कारण ज्याप्रमाणे नरसिंहाने हिरण्यकशपूचे पोट फाडले, त्याचप्रमाणे शिवरायांनी आपल्या वाघनखाने अफझलखानाचे आतडे काढले होते.

शामियान्या बाहेर निघत असताना खानाचा वकील कृष्णाजी भास्कर शिवाजी राजांना आडवा आला. त्यानी शिवरायांवर वार करायचा प्रयत्न केला.

शिवराय म्हणाले,

"कृष्णाजी सबूर... आबासाहेबांची आन आहे आम्हाला कि ब्राह्मणास मारू नकोस. तुम्हाला कोणीही मारणार नाही."

हे ऐकून देखील त्यानी परत वार केला तो महाराज अडवत म्हणाले,

"पंत जाणे. आम्हास मजबूर करू नका."

तिसरा वार केल्यांनतर मात्र शिवाजी राजांनी कृष्णाजी पंताला ठार केले.

शिवरायांनी कोथळा बाहेर काढल्यावर घायाळ झालेला अफझल खान रेंगाळत रेंगाळत पालखीच्या दिशेने गेला, तेव्हा संभाजी कावजी यांनी त्याला धरून त्याच मुंडक उडवलं आणि ते राजगडावर राजमाता जिजाऊंना दाखवण्यासाठी घेऊन आले.

आऊसाहेबांनी ते राजगडाच्या मुख्य दरवाज्यामागे ठेवून त्याला दिवाबत्ती करा अशी आज्ञा केली.

अफझलखानाच्या मृत्यूचा इशारा मिळताच उभ्या असलेल्या मावळ्यांच्या सैन्याने मोरोपंत पिंगळे व नेताजी पालकर यांच्या नेतृत्वाखाली खानाच्या सैन्यावर हल्ला केला आणि खुल्या युद्धात खानाच्या सैन्याचा पराभव केला. प्रतापगडावर येताना अफझलखानाने लुटलेला माल त्याने आपल्या ताब्यात घेतला.

मराठा सैनिकांच्या तुकड्या प्रतापगडाच्या जंगलात दबा धरून बसल्या होत्या. तोफा धडाडताच त्यांनी अफजलखानाच्या सैन्यावर झपाट्याने काही कळायच्या आत आक्रमण केले.

कान्होजी जेधे यांनी आपल्या पायदळ काढून बंदूकधाऱ्यांवर आक्रमण केले. स्वतः बाजी, सर्जेराव अन् जावळीच्या खोऱ्यातील पिलाजी गोळे यांनी अफजल सैन्याला सळो की पळो केले, दुसऱ्या एका हल्ल्यात मुसाखान जखमी झाला व पळून गेला.

अफजलखानाच्या सैन्याची वाताहत झाली. नेताजी पालकर यांच्या नेतृत्वाखाली घोडदळाने अफजलखानाच्या वाईच्या तळावर अचानकपणे हल्ला चढवला व तेथेही त्यांची वाताहत केली.

आदिलशाही सेनेसाठी हा जबरदस्त पराभव होता. अफजलखानाचा वध ही संपूर्ण आदिलशाहीसाठी मोठी घटना होती.

शिवाजी महाराजांनी विरोधी सैन्यातील बंदीवानांना योग्य तो मान दिला. जखमींची योग्य ती शुश्रुषा केली गेली. कोणत्याही बंदीवान स्त्री अथवा पुरुषांवर अत्याचार झाले नाहीत. बऱ्याच जणांना परत विजापूरला पाठवण्यात आले. पुढील १५ दिवसात छत्रपती शिवाजी महाराजांनी सातारा, कोल्हापूर व कोकणात किल्ले काबीज करायचा धडाका लावला व त्यात त्यांना नेत्रदीपक यश मिळाले. कोल्हापूर जवळील पन्हाळा किल्ल्यापर्यंत त्यांनी मजल मारली.

या घटनेनंतर शिवाजी महाराजांची एक कुशल नेता म्हणून ओळख प्राप्त झाली. अफजलखानासारख्या बलाढ्य सेनापतीचा पार धुव्वा उडवल्यामुळे छत्रपती शिवाजी महाराजांचा भारतभर लष्करी दरारा वाढला.

• • •

।। हर हर महादेव ।।
।। जय जिजाऊ जय शिवराय जय शंभुराजे ।।

पावनखिंडीचा रणसंग्राम

आदिलशहाने आता शिवरायांपुढे हात टेकले होते, कारण रोजच काही तरी नवीन घटना घडत होत्या त्यामुळे तो फारच काळजीत पडला होता. यासाठी काय करावे असा प्रश्न त्याच्यासमोर निर्माण झाला होता. आदिलशहा अशा परिस्थितीत असतानाच त्याच्याकडे कर्नूलगडचा सरदार सिद्दी जौहर हा दाखल झाला.

त्याने आदिलशहाला विश्वास दिला, "आप चिंता मत करो, चाहे कुछ भी हो जाये मै सिवा को पकडे बगैर चैन से नही जी पाऊंगा. इसके लिये मुझे कितना भी वक्त लग जाये, मै उसे पकडकर ही रहुंगा. वो सिवा जहाँ कही भी छुपा हो, मै उस पन्हाला को चारो तरफ से घेर लुंगा और सिवाजी को मेरी शरण मे आना ही पडेगा."

जर शिवराय पन्हाळ्यावर असतील तर ते पूर्णपणे अडकणार; कारण त्या गडाला चोरवाटा देखील नाहीत व भुयार देखील नाही. मग ते निसटून कोठे जाणार? विशाळगडाशिवाय दुसरा गड नाही म्हणून त्या गडाला देखील वेढा घालीन. तुम्ही बघाच मग ते माझ्या कचाटयात कसे अडकतात

ते. आपण त्यासाठी दिल्लीच्या औरंगजेबाची देखील मदत घेऊ कारण त्याला देखील शिवरायांनी त्रास दिलेला आहे.

आदिलशहाला सिद्दी जौहरच्या बोलण्यामुळे खूप धीर आला व आनंद देखील झाला. कारण सिद्दी जौहर हा अतिशय कठोर शिस्तीचा आणि जे तो बोलतो ते तो करून दाखवतो असा होता म्हणूनच आदिलशहाने लगेचच 'सलाबतजंग' हा किताब देऊन त्याचा गौरव केला. त्याने सिद्दीला भरपूर फौज, शस्त्रास्त्रे, दाणागोटा दिला. त्याशिवाय औरंगजेबाची मदत मिळविण्यासाठी त्याला निरोप देखील पाठविला.

सिद्दी जौहर हा मान-सन्मान मिळाल्यामुळे खूपच खुश झाला होता. सिद्दी प्रचंड फौज, भरपूर शस्त्रास्त्रे, दारूगोळा आणि हुशार सरदार बरोबर घेऊन पन्हाळगडाकडे निघाला.

पन्हाळगडावर शिवरायांना ही बातमी समजली तेव्हा त्यांनी लगेच योजना तयार केली व त्याप्रमाणे त्यांनी आदिलशहाच्या फौजेची विभागणी व्हावी, या हेतूने सरसेनापती नेताजी पालकर यांच्याबरोबर भरपूर फौज देऊन त्यांना आदिलशाही मुलखाची धूळधाण करायला पाठविले.

शिवाजी राजांनी अफझलखानाचा वध केल्यावर आदिलशहाने सिद्दी जौहरच्या नेतृत्वाखाली प्रचंड फौजफाटा पाठवून शिवाजी राजांना पकडण्यासाठी २० हजार घोडदळ, ३५ हजार पायदळ, अनेक हत्ती, तोफखाना इ.सह सिद्दीला पाठवले.

प्रतापगडावर अफझलखानाला मारल्यानंतर छत्रपती शिवाजी महाराजांनी आदिलशाहीवर हल्ला केला होता. पन्हाळगडासारखा महत्त्वाचा गड ताब्यात घेतला. त्यावेळी शिवाजी महाराज मिरज येथे होते. त्यांना हेरांकडून माहिती मिळाली की सिद्दी जौहरच्या नेतृत्वाखाली आदिलशाही सैन्य विजापूरहून येत आहे आणि दुसरीकडे मुघल सैन्य शाइस्ताखानच्या नेतृत्वाखाली आपल्याला पकडण्यासाठी येत आहे. म्हणून

महाराजांनी मिरजचा वेढा सोडला, केवळ ८००० पायदल सैनिक, ६० घोडदळ, आणि काही मावळे, सरदार घेऊन सुरक्षेच्या दृष्टीने राजे २ मार्च १६६० रोजी पन्हाळगडावर आले.

सिद्दी जौहर मोठया फौजेबरोबर कोल्हापुरावर चालून येत आहे, असे शिवरायांना समजताच त्या प्रचंड मोठया फौजेसमोर मैदानावर लढायला आपले बळ कमी पडणार असे लक्षात येताच त्यांनी कोल्हापूर ठाणे मोकळे करून आपली सर्व फौज पन्हाळगडावर आणली.

सिद्दी जौहरने पन्हाळ्याला वेढा घातला

सिद्दीच्या आता आपोआपच कोल्हापूर ताब्यात आले. त्यानंतर त्याने पन्हाळगडाला वेढा दिला. तेव्हा पावसाळा देखील सुरू झाला होता. सिद्दी जौहर पन्हाळगडावर आला. पूर्वेला फझलखान, रुस्तुमे जमान आणि जोहर, पश्चिमेला सादत खान, भाई खान, सिद्दी मसूद आणि बाजी घोरपडे आघाडीवर होते. गराडा खूप मजबूत होता, पण गडही खूप मजबूत होता.

तरीही रात्रीच्या अंधारात कधी-कधी मराठे गडावरून उतरून जौहरच्या सैन्यावर हल्ला करून ताबडतोब वाड्यात घुसले. शिवाजी महाराजांना अशा स्थितीत पाहून राजापूरच्या इंग्रज वखारचा प्रमुख हेन्री रेव्हिंगटन हाही जौहरसोबत सामील झाला.

अफझलखानाच्या बाबतीत त्यांनी शिवाजी महाराजांना स्वराज्याच्या शत्रूंना मदत न करण्याचे आश्वासन दिले होते. पण परिस्थितीची अगतिकता पाहून त्यांनी ४०० वाहक, काही घोडेस्वार आणि ५ पालख्या देऊन आपला दूत पाठवला. त्यांच्या लांब पल्ल्याच्या आधुनिक तोफांचीही जौहरला गरज होती. वॉशिंग्टन, त्याचे साथीदार मिंघम, गिफर्ईस आणि वेल्जी यांच्यासह २ एप्रिल रोजी जोहरला मदत करण्यासाठी आले.

असे तीन महिने होत आले तरी सिद्दी गडाला वेढा देऊन वाट पाहात होता. औरंगजेबाने आपले मामा शाहिस्तेखानाला मोठी फौज देऊन स्वराज्यामध्ये धुमाकूळ घालायला दक्षिणेत पाठवले. शाहिस्तेखानाने बरोबर त्याप्रमाणे दक्षिणेत येऊन मुलूख जाळीत, लुटालूट करीत धुमाकूळ घातला आणि शेवटी त्याने पुण्यात येऊन शिवरायांच्या लाल महालात मुक्काम ठोकला.

सिद्दी जौहरचा पन्हाळ्याचा वेढा उठण्याची कोणतीच चिन्हे दिसत नव्हती. गडावरील दाणागोटा आणि गुरांचा चारा आत संपत आला होता. आता काहीतरी हालचाल करायलाच पाहिजे असे ठरवून शिवरायांनी एका रात्री अतिशय गुप्तपणे आपल्या हेरांना गडावरून निसटून जाण्यासाठी एखादी चोरवाट कुठे मिळते का ते पाहण्यासाठी बाहेर पाठविले. त्याप्रमाणे ते हेर पुन्हा गडावर आले व त्यांनी शिवरायांना त्याची माहिती दिली.

शिवरायांनी रात्री आपल्या विश्वासू सहकाऱ्यांबरोबर विचार विनिमय करून कसे निसटून जायचे, याची युक्ती सांगितली. ही युक्ती पार पाडणे अतिशय कठीण होते परंतु त्याशिवाय दुसरा कोणताही उपाय नव्हता.

वीर शिवा काशीद

शिवाजी राजांना पन्हाळगडावर अडकून सुमारे ४ महिने झाले होते. संपूर्ण स्वराज्य चिंतेत होते. राजगडावर मातोश्री जिजाऊ, तमाम लढवय्ये, सैनिकच नव्हे तर जनताही रात्रंदिवस काळजी करू लागली. त्यांना आपला जीव पणाला लावून महाराजांना वाचवायचे होते. अखेर महाराजांच्या हेरांना किल्ल्यातून पळून जाण्याचा दुर्गम मार्ग सापडला. पण यावेळी शत्रूही खूप सावध होता. महाराजांनी आपल्या काही लोकांशी चर्चा करून एक धाडसी योजना तयार केली.

तेवढ्यात कोणीतरी असे सुचवले की "गडावर एक मावळा आहे, ज्याचे नाव शिवा आहे".

तो दिसायला शिवाजी राजांसारखा दिसत होता. त्यांची दाढीही शिवाजी राजेंसारखीच आहे. त्यांचा पोशाख (श्रृंगार) महाराजांसारखा असेल तर कोणाचीही फसवणूक होऊ शकते.

हा शिवा म्हणजेच वीर शिवा काशीद, शत्रूला शिवाजी महाराजांचे अनुकरण करून संकटकाळी हा कोणालाही फसवू शकतो असं समजून एक रननीती तयार करण्यात आली. बाजी प्रभूंनी उर्वरित यंत्रणेची जबाबदारी आपल्या खांद्यावर घेतली आणि आषाढ पौर्णिमेच्या रात्री निघण्याचा निर्णय घेतला.

योजनेची अंमलबजावणी

दुसऱ्या दिवशी शिवरायांचे वकील शिवरायांच्या सही-शिक्क्याचे पत्र आणि शरणागतीचे पांढरे निशाण घेऊन गड उतरून सिद्दी जौहरच्या छावणीकडे गेले व त्याला राजांचे पत्र दिले. सिद्दीने ते पत्र वाचले तेव्हा त्याला व त्याच्या फौजेला फार आनंद झाला. आता आपली मोहिम यशस्वी होणार याची त्यांना खात्री वाटली.

शिवरायांनी त्या पत्रात लिहिले होते,

"आमच्याकडून खर तर खूप मोठी चूक झाली आहे. आम्ही खरे तर आपल्यासारख्या हुशार सरदारापुढे केव्हाच शरण यायला पाहिजे होते. आपणास त्यामुळे उगीचच त्रास झाला. परंतु आता झाले ते झाले. आपण आता ते विसरून जावे. जर आपण शपथेवर आमच्या सुरक्षिततेची खात्री देत असाल तर उद्याच रात्री आम्ही आमच्या काही साथीदारांसह शस्त्रे खाली ठेवून, आपल्यासमोर हजर होऊ आणि गड आपल्या स्वाधीन करून आपल्या बरोबर विजापुर दरबारात येऊ."

शिवाजी महाराजांनी गंगाधर पंतांना विचारले, "सर्व व्यवस्था नियोजनानुसार झाली आहे का?"

पंत यांनी जौहरला लिहिलेले पत्र महाराजांना वाचून दाखवले.

राजे म्हणाले,

"छान! आता आपण जौहरला भेटायला जाणार आहोत, हे गडावर पसरले पाहिजे."

शिवरायांचे ते पत्र वाचून सिद्दीला मनातून खूपच आनंद झाला परंतु तसे न दाखविता शिवरायांच्या वकिलांना तो म्हणाला,

"हम कसम खाके कहते है, हमारी तरफ से या फ़ौज की तरफ से राजाजी को कोई दगा नहीं होगा"

सिद्दीचे हे बोलणे खोटे आहे हे राजांच्या वकिलांनी ओळखले होते परंतु त्याने तसे न भासविता ते सिद्दीचा निरोप घेऊन गडावर परत आले. फाजलखानाने सिद्दीला सावध करण्याचा प्रयत्न केला पण त्याने सांगितले,

"खामोश फजल, मै अफजलखान नहीं हु, मै दिमाग से मोहिंम करता हु, तुम बस देखते जाओ सिवाजी को मै कैसे पकड़ता हु"

शिवराय आता हात बांधून शरण येणार ही बातमी कळताच सिद्दीच्या फौजेला खूप आनंद झाला होता. कारण त्यांनी चार महिने पावसात मनात सारखी भीती धरून घालवले होते.

दोन घास देखील त्यांनी कधी सुखाने खाल्ले नव्हते म्हणून फौज फार कंटाळली होती. त्यातच आता शिवराय शरण आल्यावर आपल्याला विजापुरात परत जाता येणार यामुळे सर्व सैनिक खाणे-पिणे, नाच-गाणे यामध्ये मशगुल होते त्यामुळे गडाचा वेढा सैल झाला व शत्रू गाफिल झाला.

१३ जुलै १६६०

शिवाजी महाराजांच्या योजनेनुसार, आषाढ पौर्णिमेच्या रात्री (१३ जुलै, १६६०) त्यांना अत्यंत गुप्ततेने किल्ला सोडून विशाळगडाकडे जावे लागले. किल्ल्याच्या आत एकूण ६ हजार सैनिक होते. बाजी प्रभू देशपांडे यांच्यासह निवडलेल्या ६०० सैनिकांसह शिवाजी राजे आपल्या राजवाड्याच्या बाहेर उतरले. आणखी एक पालखी आणि ४०० सैनिक मिळून सर्वांनी गड सोडले.

सर्वांत महत्त्वाचे म्हणजे, बहिर्जी मुसळधार पावसात पुढे होते, रस्ता दाखवत होते. गडाचा दरवाजा हळूच उघडला आणि नंतर बंद केला. शिवाजी राजे चार महिने दहा दिवसांनी पन्हाळगडाच्या किल्ल्यावरून बाहेर पडले.

पावसाळ्यामुळे ढगांचा गडगडाट आणि मुसळधार पाऊसही राजाला अनुकूल झाला. गुप्तहेर पुढे जात होते, हळूहळू वर्तुळ ओलांडले. शत्रू गाफिल आहे हे बघताच पाच-सहाशे मावळे आणि बाजीप्रभू यांच्यासह शिवराय गडावरून गुपचूप बाहेर पडले. कोणी घोडयावरून तर कोणी पायी निघाले.

शिवरायांच्या चेहऱ्याशी साम्य असलेला शिवा न्हावी वेषांतर करून शिवाजीराजे बनला होता. शिवराय घोडयावरून निघाले आणि शिवराय बनलेला शिवा पालखीत बसून निघाले.

शिवा काशीद दुसऱ्या पालखीत शिवरायांचा पोशाख घालून बसायला निघाले, ते ठाम होते. पण शिवाजी महाराजांना त्यांची काळजी वाटत होती, कारण पकडलं गेलं तर शिवाचा जीव जाणार होता.

शिवाजी राजे: असा हट्ट करू नको शिवा, आमच्या सोबत चल. मी तुला दुसऱ्या पालखीत बसू देणार नाही.

शिवा: राजं मला तुम्ही अडवू नका, आता म्या जे काय हाय ते फकस्त सवराज्यासाठी.

आज म्या धन्य झालो, असं भाग्य कुणाला बी मिळत नाही. जवा तुमची कापड घातली तवाच ह्यो शिवा मेला, मला आता अडवू नका.

शिवा काशीद काही ऐकायला तयार नव्हते.

ते पुढे-पुढे सरकत आणि पहारे चुकवत निसरडया उताराजवळ आले व एक एक जण सावधगिरीने खाली उतरून विशाळगडाच्या वाटेला लागले. सिद्दीच्या एका माणसाने राजांची पालखी व मावळयांना वाटेत बघितले व तो लगेच त्याच्याकडे गेला.

त्याने त्याला सावध करीत सांगितले, "शिवराय पालखीत बसून विशाळगडाकडे पळून चालले आहेत."

शिवरायांना माहितच होते की, ही बातमी सिद्दीपर्यंत पोहोचणारच आहे म्हणूनच त्यांनी वेषांतर केले होते. शिवराय व बाजीप्रभू इतर मावळयांसह एका आडवाटेने विशाळगडाकडे अतिशय वेगाने निघाले.

शिवा काशीद यांचा त्याग

शत्रूचे सैनिक पळून गेले आणि त्यांनी सिद्दी जौहरला कळवले की, शिवाजी महाराज पळून गेले. जौहरला धक्काच बसला. काही क्षण तो गप्प बसला. मग त्याने आरडाओरडा करून आपला जावई सिद्दी मसूद याला शिवाजी महाराजांचा पाठलाग करण्यास सांगितले.

सैनिकांनी सांगितल्याप्रमाणे सिद्दी मसूद आपल्या घोडदळांसह धावला. मसूद ओरडला. "रुको, रुको"

काही क्षणातच पालखीला वेढले.

मसूदने विचारले, "कौन है पालखी में?"

सैनिक म्हणाले, "शिवाजी महाराज!"

मसूद: "पडदा उठाओ!"

मसूदने शिवाजीला पालखीत बसलेले पाहून त्यांना आपल्या ताब्यात घेतले. सिद्दी जौहरच्या शामियानासमोर पालखीचे दर्शन झाले. शिवाजी राजे पालखीतून उतरले आणि आत गेले.

सिद्दी जौहरने विचारले, "राजे! आप भाग रहे थे?"

तो व्यक्ती म्हणाला, "हो, मी प्रयत्न केला. मग काय झालं?"

सिद्दी जौहर: "राजाजी आप दिलेर है, बैठिये!"

शिवाजीला पाहताच फजलला खूप राग आला, यानेच माझ्या वडिलांना मारले आणि जौहर त्याची स्तुती करत आहे.

तो जौहरला ओरडला,

"तुम काफर की तारीफ क्यों कर रहे हो? मै इस सिवाजी को अभी मार डालूंगा, इसने मेरे अब्बू जान की आतड़िया निकाली थी"

आणखी तीव्र स्वरात जौहर ओरडला, "खामोश!" राजाजी मेरे मेहमान है.

धन्यवाद. असे म्हणत शिवाजी राजे खाली बसले.

सिद्दीने विचारले, "राजाजी, अगर तुम गए भी होते तो कहा तक जाते?"

तो व्यक्ती म्हणाला, "जिथं पोहचायचं तिथं आम्ही एकदा पोहोचलो तर तुला काहीच करता येणार नाही, आई भवानीला सर्व काही माहीत आहे"

सिद्दीने विचारले, "आप मारे गए तो?"

ती व्यक्ती हसून म्हणाली, सिद्दी तुम्ही शहाजी राजाला विसरलात का? सिद्दी हसला. तेवढ्यात जौहरचा एक सेवक पुढे आला आणि त्याच्या कानात काहीतरी बोलला. जौहरला आश्चर्य वाटले. दुसऱ्याच क्षणी तो रागाने ओरडत तलवार घेऊन शिवाजीसमोर आला.

"कौन है तू?"

"शिवाजी!"

सिद्दी म्हणाला, "झूठ! सिवाजी भाग गया है तुम उसके हमशकल हो! कौन है तू?"

मसूद: कौन है तू, बता?

शिवा: आई भवानीचा आशीर्वाद आहे आमच्यावर. तू विचारावं इतकं तुझं भाग्य थोर नाही आणि आम्ही सांगावं एवढी तुझी औकात नाय.

शिवाने निर्भयपणे जौहरची नजर हलवली आणि म्हणाला, मी शिवा काशीद हाय.

रागाने थरथर कापत जौहरने छातीवरून तलवार काढली आणि विचारले "इसका अंजाम क्या है जानते हो?"

शिवाने शांतपणे तलवार बाजूला केली.

शिवा हसत हसत म्हणाला,

सिद्दी, कशापायी रडतुया आता.

माझा जन्म सफल झाला, मी माझ्या राजासाठी, सवराज्यासाठी मरणार हाय.

असं मरण मराया भी नशीब लागतंय. शिवाजी राजं म्हणून मरतुया धन्य पावलो म्या

"खामोश"

जौहर ओरडला आणि त्याने आपली तलवार थेट शिवाच्या छातीवर टेकवली.

आयुष्याच्या या शेवटच्या क्षणी शिवा काशीद स्वतःशीच म्हणाले,

"महाराज, माफी करा. तुमच्या नावाला कलंक लागू नाय म्हणून माझी शेवटची सेवा स्वीकारा, शिवाजी महाराज की जय" असं म्हणत त्यांनी प्राण सोडले.

ही गोष्ट जर बेगम साहेबांना समजली तर आपले काही खरे नाही, असा विचार करून त्याने परत आपल्या जावयाला खऱ्या शिवरायांना पकडून आणण्याचा हुकूम दिला.

बाजीप्रभूंचा त्याग

मसूद लगेचच मोठी फौज घेऊन शिवरायांच्या पाठलागावर निघाला. तेव्हा शिवराय व मावळे दमून गजापूरच्या खिंडीजवळ आले होते. तेवढ्यात त्यांना सिद्दीचे सैन्य पाठलाग करीत आहे असे समजले. तेव्हा शिवराय म्हणाले,

"आता दुश्मन जवळ आलेला दिसतो व त्याची फौज देखील मोठी आहे. आपली फौज फार तर पाच-सहाशे. त्यातही ती धावपळ करून थकलेली आहे. परंत तरी देखील आता प्राणपणाने लढण्याशिवाय गत्यंतर नाही."

ते ऐकून मावळे आणि बाजीप्रभूने शिवरायांना पुढे जाण्याची विनंती केली व सांगितले,

"लाख मेले तरी चालतील पण लाखांचा पोशिंदा जगला पाहिजे"

"आमच्यासारखे अनेक सेवक मिळतील, पण स्वराज्याचा तारणहार शेकडो वर्षातून फक्त एकदाच जन्म घेतो. आपण घाई करा महाराज आणि काही मावळे घेऊन विशाळगडाकडे जा. गडावर पोहोचताच तोफांचे तीन बार उडवा. तोफांचे आवाज कानी पडेपर्यंत आम्ही आमच्या छातीचा कोट करून लढू आणि शत्रूला ही खिंड ओलांडू देणार नाही."

शिवराय अतिशय जड अंतःकरणाने काही मावळयांना बरोबर घेऊन विशाळगडाकडे निघाले.

शिवराय गेल्यावर मावळे आणि बाजीप्रभू खिंड लढवण्यासाठी उभे राहिले. त्यातील काही मावळे खिंडीच्या वरच्या बाजूला गेले. तेवढयात दीन दीन करीत गनिम मावळयांवर चालून आले.

बाजीप्रभू दरीच्या तोंडावर उभे होते. लवकरच, सिद्दी जौहरचा जावई सिद्दी मसूदच्या नेतृत्वाखाली घोडदळ दाखल झाले. त्याने खिंडीत प्रवेश करण्याचा प्रयत्न केला, परंतु मराठा सैनिकांनी डोक्यावर कफन बांधले आणि त्यांचे मुंडके कापण्यास सुरुवात केली.

भयंकर युद्ध सुरू झाले. सूर्य उगवला, पण बाजी प्रभूंनी त्याला दरीत जाऊ दिले नाही.

खिंडीच्या वर असलेल्या मावळयांनी 'हर हर महादेव' अशी गर्जना केली व मोठ-मोठे दगड घेऊन त्यांनी शत्रूच्या अंगावर टाकायला सुरुवात केली. शत्रूची डोकी फुटून ते रक्तबंबाळ होत होते.

बाजी व मावळे हे जीव खाऊन लढत होते. पराक्रमाची शर्थ करीत खिंडीत पाय रोवून पहाडासारखे उभे होते. भराभर शत्रूची मुंडकी उडवत प्रेतांचा खच पाडत होते.

काहीजण लढता लढता स्वःत देखील कोसळत होते. तेवढ्यात बाजीचा भाऊ एका बाणाने धरणीवर कोसळला. परंतु तरी देखील बाजीप्रभू मात्र प्राणपणाने लढतच होते. ते बघून मावळे जोरदार लढू लागले होते.

शत्रूच्या माना ते सपासप कापत होते. एक एक करून सैनिक कोसळत होते. बाजीप्रभूंनाही शेकडो जखमा झाल्या होत्या, पण त्यांना मरणाची वेळ अजून येऊन घ्याची नव्हती.

तोफेचा आवाज ऐकण्यासाठी त्यांचे कान आतुर झाले होते. विशाळगडाच्या वेशीलाही शत्रू सैन्याने घेरले होते. त्यांना कापत कापत शिवाजी राजे गडावर पोहोचले आणि तोफ डागण्याचा आदेश दिला.

तोफेचा आवाज बाजीप्रभूंच्या कानावर पडताच त्यांचे जखमी शरीर जमिनीवर पडले. बाजीप्रभू रक्ताने न्हाऊन निघाले होते परंतु तरी देखील त्यांच्या हातातील तलवार त्यांनी सोडली नाही. त्यांचे सर्व लक्ष तोफेच्या आवाजाकडे होते. आता ते भोवळ येऊन जमिनीवर कोसळणार इतक्यात तोफांचा आवाज आला.

शिवाजी राजे विशाळगडावर पोहोचले आणि त्या प्रिय मित्राची वाट पाहत राहिले, पण ध्येय पूर्ण करून त्यांचे जीवन शाश्वत विलीन झाले होते. बाजीप्रभू देशपांडे यांचा प्रयत्न यशस्वी झाला होता. शिवराय विशाळगडावर सुखरूप पोहोचले हे जाणून बाजीप्रभूंनी सुखाने आपले प्राण सोडले. शिवराय विशाळगडावर सुखरूप पोहोचून बाजीप्रभू व मावळ्यांची वाट बघत होते. इतक्यात काही वीर मावळे धावतच गडावर आले.

बाजीप्रभूंना वीरगती प्राप्त झाली हे समजताच शिवरायांना खूपच वाईट वाटले. बाजीप्रभूंच्या पावन रक्ताने गजापूरची खिंड पावन झाली व तेव्हापासून त्या खिंडीचे नाव 'पावनखिंड' असे पडले.

शिवरायांनी खिंडीत ज्यांनी शौर्य गाजविले होते अशा मावळयांना बक्षिसे देऊन त्यांचा गौरव केला. जे लोक जखमी झाले होते त्यांच्या उपचाराची व्यवस्था केली. मावळयांच्या कुटुंबियांना दिलासा दिला. छत्रपती शिवाजी महाराजांनी पन्हाळगडावर वीर शिवा काशीद यांची समाधी बांधली. किल्ल्यावर त्यांचे स्मारक आहे, त्यांचा पूर्ण लांबीचा पुतळा बांधला गेला.

आजही ते भक्ती, देशभक्ती आणि समर्पणाचे उदाहरण आहेत.

बाजीप्रभू देशपांडे आणि वीर शिवा काशीद त्यांच्या धैर्यासाठी आणि शौर्यासाठी नेहमीच स्मरणात राहतील.

• • •

॥ हर हर महादेव ॥
॥ जय जिजाऊ जय शिवराय जय शंभुराजे ॥

शिवतेज: ७ एप्रिल १६६३

छत्रपती शिवाजी महाराजांनी सर्व बाहेरच्या आक्रमकांविरुद्ध हिंदवी स्वराज्याची मोहीम सुरू केली. त्यामुळे औरंगजेब संतापला. महाराष्ट्राला मुघल आक्रमकांनी वेढले होते. औरंगजेबाने त्याचा मामा शाइस्ताखान याला मोठ्या सैन्यासह शिवाजी राजांवर हल्ला करण्याचा आदेश दिला. या सैन्यात सुमारे ७०००० घोडदळ, ३०००० पायदळ आणि खूप मोठा दारूगोळा होता.

३ मार्च १६६० रोजी शाईस्ताखान महाराष्ट्रात दाखल झाला. लोकांमध्ये गोंधळ उडाला आणि बहुतेक लोक गाव सोडून जंगलाकडे धावू लागले. शाइस्तेखान सैन्य घेऊन चाकणचा किल्ला ताब्यात घेऊन पुण्याला पोहोचला. शाइस्ताखान ने ९ मे १६६० रोजी शिवाजीच्या लाल महालात पुण्यात तळ ठोकला.

जून १६६० मध्ये महाराज पन्हाळ्यावर अडकलेले बघून मुघल सुभेदार शाहिस्तेखान याने पुण्याजवळची गाव बेचिराख केली. पुरंदराला वेढा घालण्याचा त्याने प्रयत्न केला पण तो फसला, शेवटी पुणे-जुन्नर रस्त्यावरील

चाकणच्या किल्ल्यावर आक्रमण केले. चाकणच्या लढाईत फिरंगोजी नरसाळा शाईस्ताखानाशी प्रचंड धैर्याने लढले. फिरंगोजीने दोन महिने किल्ला लढवला. पण शाइस्ताखानाच्या तोफखान्यासमोर ते फार काळ टिकले नाही. त्याच्या सैन्याने लाल महालाभोवती तळ ठोकला.

एक वर्ष उलटून गेले आणि दुसरे वर्ष उलटले पण खान लाल महालावरून हलला नाही. १६६० ते १६६३ अशी तीन वर्षे त्यांनी पुण्यात वास्तव्य केले परंतु मराठ्यांना काही यश मिळाले नाही.

उंबरखिंड

पुण्यात वर्चस्व मिळाल्यानंतर खान कोकण भागाकडे आपला मोर्चा वळवलं, अशी महाराजांना खात्री होती. म्हणून त्यांनी कोकण मार्गावर सुरक्षा वाढवली होती.

शाहिस्तेखानाने कारतलब खानाला कोकणच्या मोहिमेवर पाठवलं. त्याच्या सोबत चव्हाण, गाडे, कोकाटे, जाधव हे सरदार होते. माहूरची देशमुख स्त्री रायबागन हि देखील तिथे सामील झाली. रायबागन चा पराक्रमी स्त्री म्हणून नावलौकिक होता.

जिथून कारतलब खान चालला होता, त्या मार्गात शिवरायांचे अनेक किल्ले होते. एखाद्या किल्ल्यावर हल्ला केला तर तो आपल्या सहज हातात येईल अशी घमेंड कारतलब खानाला होती.

लोहगड, तुंग, तिकोना असे किल्ले जाताना लागले पण एकाही मराठ्याने त्याच्यावर हल्ला केला नाही. त्यामुळे मराठे आता आपल्याला घाबरले असा समज करून मोठ्या उन्मादाने तो पुढे जाऊ लागला. कारतलब खान आंबेनळीच्या घाटावर पोहचला, तिथून खाली उतरताना घनदाट जंगल लागत.

याच घनदाट अरण्यात अडकवून चारही बाजूनी त्याच्यावर हल्ला करायचा अशी योजना शिवरायांनी आखली होती. त्यांच्या योजनेप्रमाणे मराठ्यांनी चारही बाजूनी त्या ठिकाणी हल्ला चढवला. या हल्ल्यामुळे मुघलांची चांगलीच दाणादाण उडाली आणि त्यांचा दारुण पराभव झाला. याच अरण्याला उंबरखिंड म्हणतात.

कारतलब खान आणि रायबागन दोघेही शिवरायांना शरण आले.

इंग्रजांची फजिती

सिद्दी जौहरने जेव्हा पन्हाळ्याला वेढा घातला होता तेव्हा त्याला राजापूरच्या इंग्रजांनी तोफा देऊन मदत केली होती. स्वतः वेढ्यात सामील होऊन रेव्हिंग्टन ने दारुगोळा कसा उडवावा याच प्रात्यक्षिक सिद्दी जौहरच्या सैन्याला दाखवले होते.

गिफर्ड आणि मिचेल हे अधिकारी देखील यात सामील होते. या सर्व गोष्टी महाराजांना कळत होत्या. पालवनचा राजा जसवंत सिंग आणि श्रृंगारपुरचा राजा सुर्वे यांनी विशाळगडावर जाताना राजांचा मार्ग रोखला होता, ती सल राजांच्या मनात होती.

उंबरखिंडीत कारतलाब खानाला पराभूत करून महाराज दक्षिण कोकणात उतरले. हेन्री रेव्हिंग्टन आणि आणखी ७ इंग्रज अधिकारी पकडून त्यांना राजांनी अटक केली.

कैद झालेले इंग्रज हे बरेच दिवस सोनगडच्या किल्ल्यात होते. शिवाजी राजांचे हे रूप पाहून इंग्रज अधिकारी फारच अस्वस्थ झाले आणि घाबरून इथून पुढे त्यांनी सलोखा ठेवण्याचा प्रयत्न केला.

ईस्ट इंडिया कंपनीचा त्यावेळीचा अध्यक्ष असलेला अँड्रू याने कैद्यांना पत्राद्वारे कळविले की सिद्दी जौहर ची मदत केल्यामुळेच तुमच्यावर ही

परिस्थिती ओढवली आहे. इंग्रजांनी पुन्हा आपल्या नादाला लागू नये म्हणून शिवरायांनी त्यांना थोडी कडक वागणूक दिली.

सर्जिकल स्ट्राईकची योजना

शिवाजी महाराजांच्या अधिपत्याखाली राजगडावरील एकूण सैन्य फारच कमी होते. या कारणास्तव शिवाजी राजेंकडून प्रत्यक्ष हालचाली झाल्या नाहीत.

शिवाजी राजांनी राजगडावरील राजमाता जिजाऊ आणि विश्वासू मंत्री आणि हेर यांच्याशी सल्लामसलत केली आणि तोफा आणि तोफांनी सुसज्ज असलेल्या १ लाखाहून अधिक सैन्याने वेढलेल्या पुण्यातील लालमहालमध्ये गुपचूप घुसून शत्रूचा नायनाट करण्यासाठी अत्यंत प्रबळ अशी योजना तयार केली, ज्याची इतर कोणालाही कल्पना नव्हती.

योजनेच्या अंमलबजावणीसाठी रामनवमीच्या आदल्या दिवसाची निवड करण्यात आली. शिवाजी महाराजांची गुप्तचर यंत्रणा अतिशय कार्यक्षम आणि विस्तृत होती. त्याची मुख्य जबाबदारी कुशल-बुद्धिमान बहिर्जी नाईक यांच्यावर होती. त्यांच्या माहितीच्या आधारे शिवाजी राजांनी अशी धाडसी योजना आखली होती.

५ एप्रिल १६६३

सूर्यास्त होणार होता. शिवाजी महाराजांनी मोरोपंत पिंगळे आणि नेताजी पालकर यांना एकाच वेळी मोहीम सुरू करण्याचा आदेश दिला. मोहिमेची तयारी लगेच सुरू झाली.

राजमातेला वंदन करून व भवानी मातेचे दर्शन घेतल्यानंतर शिवाजी राजेही लाल महालाकडे रवाना झाले. महाराजांनी तान्हाजी मालुसरे आणि येसाजी कंक यांना सोबत घेतले आणि उर्वरित सैन्याची दोन तुकड्यांमध्ये

विभागणी केली, ज्यांचे नेतृत्व दोन सेनापती करत होते. त्यानंतर सर्वजण सैन्यासह पुढे गेले. सर्व सैनिक वेगवेगळ्या योजना घेऊन पुण्यात दाखल झाले

शिवाजी राजे आपल्या मराठा वीरांच्या सोयीनुसार लाल महालाकडे निघाले. लग्राची मिरवणूक घेऊन मराठे आत पोहचले. संध्याकाळी घोड्यावर स्वार होऊन सोन्याचा शालू पांघरलेला तरुण 'वर' आणि बाकी सर्वजण हसत-खेळत लग्राची मिरवणूक काढत शहरात दाखल झाले.

शिवाजीं राजांचे बालपणीचे मित्र चिमणाजी देशपांडे आपल्या फौजेसह शहराकडे निघाले. शिवरायांचे सैन्य पाहून असे वाटतं होते जणू भोळे लोक लग्राला आलेत. मुघल छावणीतील घोडे, हत्ती आणि इतर गुरेढोरे यांच्यासाठी गवत आणणारे माणसे म्हणून शिवाजीच्या सैन्यातील बरेच लोक आधीच शहरात दाखल झाले होते.

आता फक्त सर्वजण लाल महालात आतमध्ये घुसायची वाट बघत होते. बहिर्जी नाईकांनी आणि त्यांच्या हेरांनी संपूर्ण आतली व्यवस्था कागदावर रेखाटली होती

योजनेची अंमलबजावणी

लालमहालाच्या स्वयंपाकघरातून जनानखान्याच्या आतील बाजूस जाणारा एक दरवाजा होता. जनानखान्यात एक दरवाजा विटांनी बंद केला होता. येसाजी कंक यांनी विटांची भिंत तोडण्यास सुरुवात केली. थोड्या प्रयत्नानंतर भिंत तुटली, पण दरवाजा बंद होता. तो मोडण्यासाठी त्यांना आपली सर्व शक्ती वापरावी लागली.

ते दिवस रमजान महिन्याचे होते त्यामुळे उपवास असल्याने शाहिस्तेखान आणि त्याचे सरदार हे उपवास सोडून झोपी गेले होते. दरवाजाच्या पलीकडे कोणीतरी नोकर झोपला होता.

आवाज ऐकताच ते जागे झाले आणि शाइस्ताखानला माहिती देण्यासाठी धावले.

दरवाजा तोडताच तान्हाजी मालुसरे, येसाजी कंक, चिमनाजी देशपांडे आणि कोयाजी बांदल हे त्यांच्या पाठीमागे असलेल्या सैन्यासह शाइस्ताखानाच्या वाड्यात घुसले आणि आजूबाजूच्या सर्व पहारेक‍र्‍यांना ठार मारले. शाईस्ताखान आपल्या पलंगावर झोपला होता.

शाइस्ताखान पटकन आपल्या पलंगावरून उठला आणि पळून गेला. त्याचवेळी एका हुशार मोलकरणीने या येणाऱ्या आघाताचा अंदाज घेत सर्व दिवे बंद केले.

शिवाजीराजे फक्त शाईस्ताखानाला शोधत होते. तलवारीने जड पडदा फाडून त्याच्यासमोर महाराज आले. शिवाजीराजांनी अंधारात त्याच्यावर तलवार चालवली. इतक्यात शाईस्ताखान भीतीने पळू लागला, महाराजांनी ही त्याचा पाठलाग केला.

किमान ५ मिनिट तरी असाच गोंधळ चालु होता, इतक्यात मोठ्या शिताफीनं महाराजांनी खानावर वार केला आणि त्याचा आरडाओरडा ऐकून शिवाजीराजांना शाइस्ताखान मेला असे वाटले.

पण तो मेला नव्हता, त्याच्या उजव्या हाताची बोटं कापली गेली आणि जमिनीवर पडली. रक्ताळलेला हात घेऊन त्याने खिडकीतून उडी मारली.

महाराज हि परिस्थिती हाताबाहेर जाऊ नये आणि आपल्या मावळ्यांचे प्राण वाचावेत या हेतूने तिथून बाहेर निघाले.

मराठ्यांनी मुघलांना मूर्ख बनवले

लाल महालाच्या बाहेर मोठ्या प्रमाणात मुघल सैनिक जमले होते. बातमी पसरली की, शत्रू कुठे आहे?

ते कुठे गेले आहे?

शिवरायांचे सैन्यही मराठे आये मराठे आये, त्यांना पकडा अशा घोषणा देऊ लागले. दुसरीकडे ढोलताशे जोरात वाजू लागले.

लाल महालाचा मुख्य दरवाजा कोणीतरी उघडला होता आणि मुघल सैन्य आत शिरून मराठ्यांचा शोध घेत होते. मुघलांच्या जयघोषात भाग घेत शिवाजी राजे आपल्या सैन्यासह अंधाराचा फायदा घेत लाल महालातून बाहेर पडले.

बऱ्याच वेळाने शिवाजीराजे आपल्या सैन्यासह मुघल छावणीतून निघून गेल्याचे मुघल सैन्याला समजले.

दुरून मराठा सैन्य मशाली घेऊन पळत असल्याचे पाहून मुघल सैन्य शिवाजी राजांना पकडण्यासाठी त्याच दिशेने धावले. परंतु मुघल तेथे पोहोचले आणि त्यांनी पाहिले की अनेक बैलांच्या शिंगांवर मशाली बांधल्या होत्या आणि बैल घाबरून इकडे तिकडे धावत होते.

शिवाजी राजांना पकडण्यासाठी मुघल सैन्य येणार, हे मराठ्यांना आधीच माहीत होते. यासाठी बैलांच्या शिंगांवर मशाल पेटवून त्यांना विरुद्ध दिशेने हाकलण्यात आले. ते परत मुघल छावणीत परतले. कात्रजकडे मुघलांचे लक्ष विचलित करण्याची ही योजना होती. दरम्यान, शिवाजी महाराजही आपल्या सैन्यासह सिंहगडावर पोहोचले.

सुभेदार तान्हाजी मालुसरे, सरसेनापती येसाजी कंक, मोरोपंत पिंगळे, बाजी सर्जेराव जेधे, कोयाजी बांदल, चिमनाजी देशपांडे आणि बाळाजी देशपांडे यांसारखे शिवाजी राजांचे पराक्रमी सरदार या विजयाचे शिल्पकार होते आणि आक्रमणाचा दिवस निवडण्यात आणि नियोजन करण्यात सर्वात महत्त्वाची गुप्त भूमिका बहिर्जी नाईक यांची होती.

या हल्ल्याचा परिणाम

शिवाजी महाराजांनी शाहिस्तेखानाच्या शौर्याचा आणि अभिमानाचा चकनाचूर केला. असामान्य शौर्य दाखवून आणि एक लाखाहून अधिक मोगल सैन्याच्या छावणीत मराठा सरदारांना घेऊन शाइस्ताखानावर स्वारी केली.

शाइस्ता खानची तीन बोटे कापली गेली, त्याचा मुलगा फत्ते खान, जावई, एक सेनापती आणि ४० महत्त्वाचे अधिकारी मारले गेले.

शाइस्ताखानाला वाटले की आज माझी बोटे मोडली आहेत, उद्या शिवाजी माझे डोके कापून टाकेल अशी भीती त्याला वाटू लागली.

बोट नसलेल्या शाइस्ताखानाची अवस्था अत्यंत लाजिरवाणी झाली. आपल्या सरदारांना, सैन्याला तोंड दाखवणे त्याला कठीण झाले.

जसवंतसिंगांच्या हाताखाली काही सैन्य ठेवून तिसऱ्या दिवशी त्याने पुणे सोडले आणि अत्यंत अपमानित होऊन पुण्यातून उत्तरेकडे परतले. हा हल्ला इतका मोठा आणि भयानक होता की त्यामुळे मुघल सरदारांच्या प्रतिष्ठेवर प्रश्नचिन्ह निर्माण झाले होते.

शाइस्तेखानाने तीन वर्षे स्वराज्यात धुमाकूळ घातला होता. सलग तीन वर्षे स्वराज्यात मुघल फौजा नासधूस करीत होत्या. त्यामुळे स्वराज्याची आर्थिक घडी विस्कटली. शिवाजी महाराज प्रजावत्सल होते.

अशा बिकट प्रसंगी ते प्रजेकडून कसा कर वसूल करतील?

परंतु पैशाशिवाय कार्य कसे होतील? स्वराज्यापुढे भरपूर प्रश्न होते.

अनेक मोहिमा पुढे होत्या. स्वराज्याचे आरमार बळकट करायचे होते. नवीन किल्ले बांधणे वा किल्ल्यांची डागडुजी करणे. फौज उभारणे, तोफा,

दारूगोळा विकत घेणे. अशा कामांसाठी भरपूर निधी पाहिजे होता. त्यामुळे शत्रुराज्यात छापा टाकून खंडणी वसूल करणे काही गैर नव्हते.

शिवाजी महाराजांनी मुघल साम्राज्यातील वैभवशाली अशा सुरत वर हल्ला करून खंडणी वसूल करण्याचे ठरविले.

सुरतः एक जागतिक व्यापाराचे केंद्र

सुरत हे एक जागतिक व्यापाराचे केंद्र होते. सुरतेच्या बंदरातून भारताचा उर्वरित जगाशी व्यापार चाले.

कापड, मसाल्याचे जिन्नस,चंदन, कस्तुरी, हस्तिदंताच्या सुशोभित वस्तू, अत्तर रेशीम, जरीचे कापड, नक्षीदार भांडी, गालिचे याशिवाय गुलाम आणि स्त्रियांचा खरेदी विक्रीचा व्यापार येथे होता. सुरतची तत्कालीन लोकसंख्या सुमारे २ लाख होती. सुरत शहरजवळून तापी नदी वाहत होती.

सुरतमध्ये इंग्रज आणि डच यांच्या वखारी होत्या. औरंगजेबाने सुरतेच्या रक्षणासाठी पाच हजार सैनिकांची तजवीज केली होती. मात्र सुरतचा सुभेदार इनायतखान याने केवळ १ हजारच फौज ठेवली होती.

सुरतमध्ये वीरजी व्होरा, मोहनदास झवेरी, शांतीदास झवेरी, सैद बेग, हाजी कासम असे श्रीमंत व्यापारी होते. वीरजी व्होरा ने ईस्ट इंडिया कंपनीला व्यापारासाठी १० लाख रुपये दिले होते तर त्याची संपत्तीची रक्कम जवळ जवळ ८० लाख असल्याच्या नोंदी सापडतात.

सुरतेची खडानखडा माहिती घेऊन बहिर्जी नाईक राजगडावर येऊन पोचले. महाराज देखील बहिर्जींची आतुरतेने वाट पाहत होते. बहिर्जी नाईक यांनी महाराजांना सुरतेची सर्व माहिती दिली. आणि महाराजांचा बेत पक्का झाला. सुरतेवर छाप मारून खंडणी वसूल करायचीच.

सुरतेवर स्वारी

सर्व जंगी तयारी झाली. सुसज्ज लष्कर घेऊन महाराज ६ डिसेंबर १६६३ ला राजगडहुन सुरतकडे निघाले. महाराजांच्या लष्कराचा आकडा काही ठिकाणी ५ हजार आहे तर काही ठिकाणी ८ हजार दिला आहे.

महाराज अगोदर त्रंबकेश्वर येथे गेले. तेथे गेल्यावर त्यांनी त्रंबकेश्वराची विधिवत पूजा केली. महाराजांनी तेथे हुल उडवून दिली की आपण औरंगाबादला जाणार आहोत. त्यामुळे औरंगाबाद कडील सर्व ठाणे सुसज्ज झाले आणि महाराजांचा विरोध करण्यास सज्ज झाले. त्याचा परिणाम असा झाला की सुरतेचा रस्ता बिनधोक झाला.

महाराज सहसा दिवसा मुक्काम करीत आणि रात्री प्रवास करीत.

४ जानेवारी १६६४ ला रात्रीच्या सुमारास महाराज सैन्यासह सुरत च्या जवळ येऊन पोचले. ५ जानेवारी ला सगळीकडे बातमी पसरली की ही शिवाजी महाराजांची फौज असून खुद्द शिवाजी महाराज सोबत आहेत. त्यामुळे सगळीकडे गोंधळ निर्माण झाला आणि लोकांची धावपळ सुरू झाली. डच, इंग्रज आणि पोर्तुगीज व्यापाऱ्यांनी शिवरायांना घाबरून बाहेर विकायला ठेवलेला माल पुन्हा गोदामात टाकला.

महाराज नंतर सुरत पासून दोन ते तीन कोस असलेल्या उधना या गावी आले. तेव्हा तर सुरतमध्ये प्रचंड धावपळ सुरू झाली. महाराजांनी लगेच आपला वकील इनायतखान कडे पाठविला.

स्वतः इनायतखान आणि सुरत मधील बडे व्यापारी यांनी महाराजांची प्रत्यक्ष भेट घेऊन खंडणी ठरवावी असा वकीलासोबत निरोप दिला. इनायतखानाने शिवाजी महाराज फौज घेऊन आल्याचे अजिबात मनावर घेतले नव्हते. मुघल साम्राज्यात इतक्या आत महाराज येतील यावर त्याला विश्वासच बसत नव्हता. त्यामुळे त्याने सुरतेच्या रक्षणाची काहींच तयारी

केली नाही. आता मात्र खुद्द शिवाजी महाराज जातीने फौजेसह आले आहेत आणि आता तर वकिलामार्फत खंडणीचा निरोपही पाठविला.

इनायतखानकडून काहीच निरोप न आल्याने महाराज सुरतच्या बऱ्हाणपूर दरवाज्याच्या बाहेर येऊन शामियाना टाकला. इनायत खानाकडून काहीच प्रतिसाद न मिळाल्याने त्यांनी मावळ्यांना सुरत मध्ये घुसण्यास सांगितले.

इनायतखानाने तहाची बोलणी करण्यासाठी एक वकील शिवाजी महाराजांकडे पाठविला. पण त्यानी खंजीर उगारत शिवरायांवर हल्ला करण्याचा प्रयत्न केला, महाराजांच्या अंगरक्षकांनी त्याचा हात उडविला. त्यात तो शिवरायांच्या अंगावर कोसळल्यामुळे त्याच रक्त शिवाजी महाराजांच्या अंगरख्याला लागले. ते रक्त बघून मावळे चिडले, शिवरायांवर हल्ला झालाय आणि अंगाला रक्त लागलंय अशी अफवा पसरली आणि चिडलेल्या मराठ्यांनी सुरतेवर हल्ला चढवला.

हातात मशाली घेऊन मावळे पूर्ण सुरत शहरात फिरत होते.

बहिर्जी नाईक यांच्या इशाऱ्यानुसार केवळ श्रीमंत असलेल्या घरांकडेच मावळ्यांचा मोर्चा वळत होता. दरवाजे तुटत होते, तिजोऱ्या फुटत होत्या. सोने,चांदी, दागदागिने भराभर बाहेर काढले जात होते.

शामियान्यात महाराजांच्या पुढे सुरतेतील लक्ष्मी जमा होत होती. मावळ्यांचा सुरतमध्ये वृध्द, स्त्रियां, मुले, गरीब, देवस्थाने, साधू संत फकीर यांना अजिबात त्रास झाला नाही. मोहनदास झवेरी हा व्यापारी दानशूर आहे, गरिबांना मदत करतो हे कळल्यावर त्याच्या घराला शिवरायांनी हात लावू दिला नाही.

दोन डच व्यक्ती फकिरांच्या वेशात सुरत मध्ये फिरत होते. त्यांना मावळ्यांचा अजिबात त्रास झाला नाही. याचवेळी महाराजांनी इंग्रज आणि

डच वखारीकडे खंडणी मागितली. परंतु त्यांनी खंडणीस नकार देऊन आपापल्या वखारी सुसज्ज ठेवल्या.

महाराजांनी सुध्दा त्यांच्याशी लढून वेळ आणि माणसे गमावण्यापेक्षा सुरतवर लक्ष केंद्रित केले. शिवाजी महाराजांच्या सुरतरील स्वारीला आणि छाप्याला बरेचजण सुरतेची लूट असे म्हणतात. महाराजांनी केवळ श्रीमंताच्याच घरातूनच पैसा काढला. कोणत्याही गरिबांकडून त्यांनी पैसा वसूल केला नाही. शत्रुराज्यातून खंडणी वसूल करणे ही तर त्यावेळची राजनीती होती.

काय चुकीचे केले महाराजांनी?

मुघलांनी स्वराज्याची केलेल्या नासाडीची एकप्रकारे भरपाई केली. महाराजांना सुरतमधून अगणित संपत्ती मिळालीच. त्यातून स्वराज्याची घडी नीट करता आली. पुढील मोहिमांची तयारी करता आली.

महाराजांनी अगोदर शाइस्तेखानाची बोटे कापली व त्यानंतर मुघल साम्राज्याचे नाक कापले.

• • •

॥ हर हर महादेव ॥
॥ जय जिजाऊ जय शिवराय जय शंभुराजे ॥

गनिमी कावा

११ जून १६६५ रोजी शिवराय आणि जयसिंगाची भेट झाली. २ दिवस चर्चा केल्यानंतर १३ जून १६६५ ला त्यांच्यात एक तह करण्यात आला, यालाच आपण पुरंदर चा तह म्हणून ओळखतो. त्यातील काही अटी म्हणजे,

१. शिवाजी महाराजांचे २३ किल्ले मुघलांना देण्यात यावेत.

२. पाच हजार स्वारांची मनसबदारी घेऊन शंभूराजे आणि नेताजी पालकर यांनी मुघल छावणीत राहावे.

३. लहानमोठे १२ किल्ले आणि एक लाख होन उत्पन्नाचा मुलुख घेऊन शिवाजी महाराजांनी संतुष्ट राहावे, बादशाह औरंगझेबासमोर बंड करू नये.

पुरंदरचा तह शिवाजी राजांनी मान्य केला होता, राजे २३ किल्ले औरंगजेबाला देतील अस ठरलं. मिर्झा राजा जयसिंग यांची आणखी एक अट होती, हे कदाचित सर्वांना माहीत नव्हते.

युवराज शंभू राजांनी सर्व किल्ले शरण येईपर्यंत मुघलांच्या छावणीत राहावे, अशी ती अट होती. शिवाजी महाराजांनी अत्यंत जड अंतःकरणाने हे मान्य केले आणि ९ वर्षांच्या शंभू राजांला पाठवले ते मुघल छावणीत.

आग्रा येथे भेट

आग्रा भेटीदरम्यान शंभू राजे राजकारणातून खूप काही शिकले. मुघल दरबारातील घडामोडी आणि राजकारण त्यांना लहान वयातच कळले तर भविष्यात त्याचा उपयोग होईल, असा विचार करून महाराजांनी त्यांना आग्रा भेटीवर नेले. शंभूराजे त्यावेळी केवळ ९ वर्षांचे होते.

एकदा औरंगजेबाने आग्र्याच्या दरबारात शंभूराजेंना विचारले,

"संभा जाओ और हमारे गुलामो के साथ कुश्ती खेलो"

शंभूराजे यांनी त्याचा आदेश अत्यंत नम्रपणे नाकारला.

ते म्हणाले, "मी खेळेन, पण माझ्या विरुद्धचा खेळाडू माझ्या कर्तबगारीचा असावा आणि दोघांचा डाव जुळला पाहिजे. खेळायचे की नाही हे माझ्यावर अवलंबून आहे."

औरंगजेबाला धक्काच बसला. कारण त्याच्याशी असं बोलण्याची हिंमतही कोणी करत नाही.

वजीर ए आलम म्हणला, बादशाह आलमगीर के सामने आँखे झुकी हुयी चाहिये ये तुम्हे पता नही है क्या?

शंभुराजे अगदी बेधडकपणे डोळे वटारून बोलत होते.

औरंगजेबाने विचारले, "तुम्हे किसी का डर नही लगता क्या?"

९ वर्षांचे शंभू राजे हसून उत्तरले,

"मै किसीसे डरता नहीं, मुझे किसी का भी डर या खौफ नहीं है. हा, अगर बाकी लोग मुझसे डरते है तो वो मुझे पता नहीं."

हे ऐकून औरंगजेब रागाने लाल झाला. संभाजी राजांची खिल्ली उडवावी म्हणून तो पुढे जाऊन म्हणतो,

तुम्हे मै एक हाथी भेट देना चाहता हू, लेकिन संभा इतना बडा हाथी कैसे ले जाओगे अपने स्वराज मे?

आणि तो हसू लागला. हा हा हा हा.......

शंभू राजे म्हणाले, "ये हाथी तो फिर भी एक जिंदा जानवर है, इसे चलाते हुए या तो घसीटते हुए लेकरं जायेंगे. मगर हमारे जिन किलों पर तुम हुकूमत करणे का सपना देखते हो उन किलों को यहा आग्रा कैसे लाओगे?"

हे उत्तर ऐकून औरंगजेब अवाक झाला.

घटनेची पार्श्वभूमी

मार्च १६६५ मध्ये शिवाजी राजे गोकर्णला पोहोचले होते. मराठा आरमाराची पहिली मोहीम पूर्ण करून मराठ्यांच्या हेरांनी निश्चित बातमी आणली होती. मिर्झा राजा जयसिंग लाखोंच्या फौजेसह स्वराज्याकडे येत होता. म्हणूनच शिवाजी राजे घाईघाईत राजगडावर पोहोचले.

औरंगाबादचे सैन्य सासवडला पोहोचले होते. २९ मार्च रोजी पुरंदरला मुघलांनी वेढा घातला होता. १५ दिवस भयंकर युद्ध झाले.

पुरंदरचा किल्ला मुघलांच्या ताब्यात गेला. आता अंतिम लढाई सुरू झाली होती. मुरारबाजी देशपांडे यांनी जीव धोक्यात घालून स्वराज्यासाठी बलिदान दिले. मराठा इतिहासात ते अजरामर झाले.

आजही कधी पुरंदरला गेलात तर मुरारबाजींचा पुतळा बघून त्यांच्या शौर्याची कहाणी कळते.

तह होण्यापूर्वी शिवाजी राजे यांनी मिर्झा राजांना पत्र पाठवले होते. या पत्रात त्यावेळची परिस्थिती आणि शिवरायांच्या मन:स्थितीचे अचूक वर्णन केले आहे.

सद्यस्थितीचा अंदाज घेऊन शिवाजी राजेंनी मुघलांशी तह करण्याचे ठरवले. पुरंदरचा तह झाला. शिवाजी राजे यांनी गेल्या १६ वर्षांत जे काही कमावले ते आता गमावले होते. लढण्याची किमान ताकद उरली होती.

आता त्यांच्या सोबत होता फक्त त्यांचा आत्मविश्वास, जिद्द, आई जिजाऊंचा आशीर्वाद आणि स्वराज्याचे स्वप्न.

यानंतर मिर्झा राजाला शिवाजी महाराज हे कुतुबशहा आणि आदिल शाह यांच्यासह मुघलांविरुद्ध संयुक्त आघाडी तयार करतील अशी भीती वाटू लागली, म्हणून त्याने औरंगजेबाला कळवले की शिवाजीला कोणत्याही परिस्थितीत आपल्याकडे वळवावे. त्यासाठी मी शिवाजीला तुमच्या दरबारात पाठवत आहे.

मिर्झा राजाने शिवाजी महाराजांना तयार केले, राजे आग्ऱ्याला जायला निघाले आणि त्यानुसार ५ मार्च १६६६ रोजी राजे आग्ऱ्याला रवाना झाले.

औरंगजेबाने स्वतःच्या ५० व्या वाढदिवसानिमित्त त्यांना निमंत्रण पत्र पाठवले होते.

कोणतीही चिंता किंवा शंका न बाळगता मला भेटायला या, येथे तुमचा सन्मान केला जाईल आणि तुम्हाला दख्खनला परत जाण्याची परवानगी दिली जाईल. शिवाजी राजे आपल्या ९ वर्षांच्या मुलासह १२ मे रोजी तिथे पोहचले.

आग्ऱ्यात वाघाची डरकाळी

शिवाजी राजे आणि शंभू राजे यमुना नदी ओलांडून आग्ऱ्याला पोहचले. तिथले लोक त्यांना बघून आश्चर्यचकित झाले,

हेच का ते मराठा साम्राज्याचे शिवाजी राजे भोसले?

मर्दानी शरीरयष्टी, गोरा रंग, तेजस्वी चेहरा हे बघून आपसूक च तिथल्या लोकांनी ओळखलं हेच आहेत शिवाजी राजे. सगळ्या आग्ऱ्यामध्ये चर्चा झाली.

यमुना नदीला हि वाटलं असेल, जस प्रभू श्री कृष्णांनी दुष्ट कौरवांचा समूळ नाश केला अगदी तसंच या म्लेंछ औरंग्याचा समूळ नाश करण्यासाठीच हा राजा आलेला आहे.

रामसिंग हा मिर्झा राजे जयसिंगाचा मुलगा होता. त्याने बादशाहच्या वाढदिवसा दिवशी शिवाजी राजे आणि संभाजींना दिवाण ए आम मध्ये घेऊन जायचं ठरवलं. पण राजे तिथं पोहचण्याआधीच 'दिवाण-ए-आम' चा समारंभ संपवून औरंगझेब 'दिवाण-ए-खास' मध्ये गेला. खास अमीर उमराव लोकांसाठी हा दरबार होता. सगळे बादशहाचा जयजयकार करत होते.

शिवाजी राजे आणि शंभूराजे 'दिवाण-ए-खास' मध्ये पोहचले, तेव्हा त्यांचा अपमान करण्याच्या उद्देशाने औरंगझेबाने रामसिंगला पंचहजारी सरदारांच्या रांगेत त्यांना उभा करायला सांगितलं.

सन्मान केला जाईल असं पत्रात लिहून त्याला राजांचा अपमानच करायचा होता.

सिंहगड किल्ला जिंकण्यात अपयशी ठरलेल्या जसवंतसिंगच्या मागे उभा केल्या नंतर शिवाजी राजांना राग अनावर झाला.

ते म्हणाले,

"रामसिंग तू, तुझा बाप आणि हा बादशाह देखील जाणतो कि आम्ही कोण आहोत ते. आम्हाला जसवंतसिंगाच्या मागे उभं केलंत, तुमची एवढी हिम्मत."

सगळे मुघली सरदार राजांकडे चोरट्या नजरेने बघत होते. अफझलखानास फाडणारा, सिद्दी जोहरच्या आत्महत्येचं कारण बनलेला, कारतलब खानाला गुडघ्यावर बसवणारा, शाहिस्ताखानाची बोट छाटणारा, हाच तो दख्खनचा सिवा भोसले.

इतक्यात बादशहाने खिल्लत वाटपाचा कार्यक्रम सुरु केला. शिवाजी राजे मात्र रागाने अधिक त्वेषाने बादशाहच्या समोर येऊन एखादा सिंह जसा डरकाळी पकडतो तसे गरजले.

"आम्हाला बादशहाची खिल्लत मंजूर नाही, इथं येऊन आमचा अपमान करायचा तुझा मानस आम्ही जाणलाय. बादशाहच्या दरबारात आहोत म्हणून अपमान सहन करू असं कोणीही समजू नका. एकवेळ आम्ही मौत पत्करू पण अपमान नाही."

त्यांनी ती खिल्लत उधळून लावली. सगळा दरबार घाबरला होता, काबुल ते बंगाल पर्यंत सल्तनत असलेल्या बादशहाच्या दरबारात त्याला डोळ्यात डोळे घालून बोलणारा एक राजा आहे हे अखंड हिंदुस्थानात समजले.

आग्रा किल्ल्यावर जर कोणी निर्भय आढळले असेल तर ते म्हणजे श्री शिवछत्रपती महाराज. जेव्हा मुघल साम्राज्य वैभवाच्या आणि सामर्थ्याच्या शिखरावर होते आणि जेव्हा शिवाजी राजे एकटे होते, अशा वेळी सगळ्यांसमोर त्यांनी औरंगजेबाचा जाहीर निषेध केला. आग्रा किल्ल्यात ही

घटना घडल्यानंतर निकाल लागला. शिवाजी राजे यांना नजरकैदेत ठेवण्यात आले.

शिवाजी राजांना मारून टाकण्याचा डाव औरंगझेबाच्या मनी होता. पहाऱ्यावर असलेल्या फुलाद खानाला बादशहाचा तसा गुप्त आदेश होता, शिवाजीस मारून टाका.

शाहिस्तेखानाची बायको बेगम जहान आर म्हणजे औरंगझेबाची मामी आणि इतर सरदारांनीही शिवाजीला माराच असा आग्रह धरला.

अर्थ स्पष्ट होता. मृत्यू... कधी? कसे?

काहीच कळत नव्हते.

दख्खनहून मिर्झा राजा जयसिंग म्हणाला, शिवाजीला मारू नका. तसे केले तर येथील परिस्थिती हाताबाहेर जाईल, असे पत्र औरंगजेबाला पाठवले.

शिवाजी महाराजांना पाठवायचे ठरवले काबूलच्या मोहिमेवर. अर्थात शिवाजी राजे यांनी औरंगजेबाकडून काहीही स्वीकारण्यास स्पष्टपणे नकार दिला. परिस्थिती बिघडत चालली होती.

शिवाजी राजांना त्यांचा मृत्यू कोणत्याही क्षणी येणार हे माहीत होते. त्यांनी खूप विचार करून योजना तयार केली, सोबत त्यांचे सहकारी होतेच.

आग्रा येथून जाण्याची योजना

आग्राच्या बाजारपेठेत शिवरायांविषयी अफवा पसरवल्या जात होत्या. जसवंत सिंग स्वतः औरंगजेबाला सांगत होते की,

"शिवाजीमध्ये दैवी शक्ती आहे, तो १४-१५ हात लांब उडी मारू शकतो. तो एका दमात ४०-५० किमी चालतो."

दुसऱ्या दिवसापासून औरंगजेबाने त्याच्या सभोवतालची सुरक्षा वाढवली. युवराज संभाजी राजे, जे शिवाजी महाराजांसोबत होते ते मात्र कैदेत नव्हते. त्यांना बाहेर चालण्याची परवानगी देण्यात आली. त्याच्यासोबत सर्जेराव जेधे आग्ऱ्याबद्दल माहिती काढत होते. योजना हळूहळू पुढे सरकत होती.

७ जून रोजी राजांनी आपले सर्व नोकर व सैन्य दख्खनला परत पाठवले. फक्त संभाजी राजे, हिरोजी फर्जंद, सर्जेराव जेधे, रघुनाथ बल्लाळ, त्र्यंबक सोनदेव डबीर आणि मदारी मेहतर त्यांच्यासोबत होते.

शेवटी एक योजना तयार करण्यात आली. पहारा ढिल्ला करण्यासाठी महाराजांनी आजारपणाचा बहाणा केला. औषध आणायच्या बहाण्याने हिरोजी फर्जंद बाहेर पडत होते.

आजार काही केल्या बरा होईना म्हणून साधू संत आणि फकिरांना मिठाईचे डब्बे वाटायचे त्यांनी ठरवले, तसे रोजच्या रोज पेटारे येत होते. मुघली सैनिकांना ही हे आजारपण खरं वाटत होत.

आधी सैनिक ते पेटारे तपासून पाठवत होते पण हळू हळू त्यांनी ते तपासायचे बंद केले, याच संधींचा शिवरायांनी फायदा घेतला.

१७ ऑगस्ट १६६६ रोजी दिवसा ढवळ्या १००० सैनिक पहारा देत असताना शिवाजी राजे कैदेतून सुटले. तो कसा पळून गेला याचा पुरावा नाही. तो एक थरार बनला होता.

मिठाईच्या आणि पेटाराच्या काही कथा आहेत. पण तेही मुघल दस्तऐवजातून घेतले होते.

"श्रावण वद्य द्वादशी शके १५८८ या दिवशी आग्ऱ्यातून महाराज पेटारियात बैसोन पळाले", असा उल्लेख जेधे शकावली मध्ये आहे. म्हणजेच १९ ऑगस्ट १६६६ रोजी ते तिथून निसटले.

त्यावेळीचा थेवेनॉट नावाचा एक पाश्चात्य प्रवासी लिहून ठेवतो कि "शिवाजी टोपलीत बसून पळून गेला."

खाफीखान याने देखील शिवाजी आणि त्याचा मुलगा टोपल्यात निसटून गेल्याचे लिहले आहे.

औरंगजेबाने शोधमोहीम सुरू केली. पण खूप उशीर झाला होता. एक थरारक सुटका यशस्वी झाली.

२० ऑगस्ट रोजी राजांनी मुघलांची शेवटची चौकी ओलांडली. लतीफ खान हा चौकीदार होता. जेव्हा औरंगजेबाला हे कळले तेव्हा तो उद्गारला, लतीफ खान मूर्ख आहे. मग आग्रा येथे रघुनाथ बल्लाळ आणि त्र्यंबक सोनदेव डबीर हे जवळचे सहकारी सापडले. त्यांना शिवाजी राजांचे रहस्य उलगडण्यास सांगितले पण तोंडातून काहीच निघत नव्हते. ते काही बोलले असते तर संभाजी राजे विशेषतः मथुरेतून पकडले गेले असते. शिवाजी राजेंनी थेट दख्खनचा रस्ता न धरता मुघलांच्या आवाक्याबाहेरचा रस्ता धरला होता. मथुरा-अलाहाबाद-बनारस-गया-गोंडवाना आणि तेथून राजगड.

संभाजी राजांच्या मृत्यूची अफवा

संभाजी राजे विश्वासराव यांच्यासोबत मथुरेत राहिले होते, शिवाजी राजे घाईघाईने पुढच्या वाटेला लागले. आपल्या ९ वर्षाच्या मुलाला मागे सोडताना त्यांना काय वाटले असेल? पण एकत्र जाणे धोकादायक असल्यामुळे त्यांनी जड अंतःकरणाने तो निर्णय घेतला असावा. संभाजी राजे अजूनही मथुरेतच होते.

जेव्हा शिवाजी राजे राजगडावर पोहोचले, सर्वजण स्वराज्यात आनंदी होते. पण शिवाजी राजेंना कोणताही धोका पत्करायचा नव्हता, म्हणून जड

अंत:करणाने; त्यांचा मुलगा संभाजी आता आपल्यात नाही अशी अफवा त्यांनी पसरवली.

स्वराज्यासाठी आणि शंभूराजांच्या सुरक्षिततेसाठी जिवंतपणीच त्यांच्या मरणाचं सोंग करायचं, हे एका बापाच्या काळजाला खूप वेदना देणारं होत. ही बातमी ऐकून सर्वांनाच धक्का बसला. पण तो गनिमी काव्याचा भाग होता.

औरंगजेबाला कळले तेव्हा त्याने सर्व सरदारांना सांगितले की आता संभाजीचा शोध घेऊ नका, त्याने आपले सैन्य परत घेतले. त्याला वाटलं बाप नहीं तो बेटा हि सही. असा विचार करून त्या मूर्ख औरंगझेबाने स्वराज्याला जाणारी सगळी ठाणी उठवली. याच स्तिथीचा शिवरायांना फायदा घ्यायचा होता आणि आपल्या मुलाला, सिंहाच्या त्या छाव्याला पुन्हा एकदा या स्वराज्याच्या जंगलात सुखरूप आणायचं होत.

छत्रपती शिवाजी महाराजांनी शंभू राजांच्या मृत्यूची अफवा पसरवल्यामुळेच युवराजांच्या मागे लागलेल्या मुघलांना थांबवणे शक्य झाले. म्हणून हा गनिमी कावा. रस्ता अधिक सुरक्षित झाल्यावर विश्वासराव ९ वर्षांच्या संभाजीला घेऊन गेले आणि राजगड गाठला.

९ वर्षांच्या मुलाच्या मदतीने, छत्रपती शिवाजी राजे आग्र्याहून पळून जाण्यात यशस्वी झाले. शिवाजी महाराजांनी सुरक्षेच्या कारणास्तव त्यांना मथुरेत ठेवले. युवराज संभाजी राजे थोड्याच वेळात महाराष्ट्रात आले, सुखरूप स्वराज्यात पोहोचले.

*****

बहादुर खान

राज्याभिषेक समयी खूप खर्च झाला होता. तो कुठून तरी येणं गरजेचं होत, बहादूर खान कोकलताश नावाचा मुघल सरदार त्यावेळी पेडगावच्या भुईकोट किल्ल्यात होता. त्याने स्वराज्यातील रयतेची खूप लूट केली होती, हिंदु धर्मात असलेले मंदिरे तोडली होती, त्यातील सोन्याचे देवी देवता त्याने सोबत किल्ल्यावर नेली होती. सगळी संपत्ती त्या किल्ल्यात त्याने ठेवली होती, ही सगळी संपत्ती रयतेची होती. ती स्वराज्याच्या कामी येणं महत्त्वाचं होत, महाराजांच्या ही गोष्ट लक्षात होती.

खानाकडे एक कोटीची नगद आणि २०० अरबी घोडे पेडगाव च्या किल्ल्यात आहेत अशी खबर महाराजांच्या गुप्त खात्याने दिली होती. त्याने ही घोडी आणि नगद औरंगजेबाला नजराणा द्यायची म्हणून ठेवली होती. महाराजांनी ती नगद लुटायची ठरवली.

अर्थातच ती स्वराज्याची होती.

शिवरायांनी ताबडतोब बैठक बोलावली, मोहीम कोणाला द्यायची यावर त्यात चर्चा झाली आणि पुढे नाव आल ते नवीनच झालेल्या सरसेनापतीच. म्हणजेच हंबीररावांच !

सरसेनापती हंबीरराव मोहिते

मोहीम कशाप्रकारे असावी याची सर्व आखणी हंबीररावांच्या मार्गदर्शनाखाली झाली. बहादूर खानाने पेडगावच्या त्या भुईकोट किल्ल्याचं नाव बदलून बहादूरगड ठेवलं होत.

बहादूर खान देखील मराठ्यांवर लक्ष ठेवून होता. सरसेनापती शांत चित्ताने विचार करत होते, खानाकडे ३०००० सैनिक होते त्यांचा बंदोबस्त करने गरजेचं होत. महाराजांनी मराठ्यांच ९००० च सैन्य हंबीररावांसोबत दिल. त्यांचे ३०००० आणि आपले फक्त ९००० मावळे, हि खूप

जोखीमेची मोहीम होती. महाराजांनी परत एकदा सरसेनापतींना विचार करायला सांगितलं.

हंबीरराव म्हणले महाराज आता आपल ठरलयं. घुसायच म्हणजे घुसायचंच.

खानाला खबर लागली की हजारोंच्या संख्येने मराठे हल्ला करणार आहेत. यामध्येही हंबीरराव मोहिते यांनी गनिमी कावाच निवडला. त्यांनी जो मार्ग निवडला तो सगळ्यांच्या आकलनापलीकडचा होता.

बहादूरगडावर मुघलांची फजिती

पेडगावला एक रस्ता जातो नगर जिल्ह्यामधून आणि दुसरा एक जातो कुरकुंभ कडून. ७००० मावळे नगरच्या दिशेने बहादूर गडाकडे निघाले.

बहादूरखान चेकाळला आणि म्हणला, ये क्या हुआ?

ये मराठे किधर से आ गये?

अभी आये है तो इन सबको मौत के घाट उतार देगी मेरी ये फौज, अस म्हणत गर्व आणि अहंकारात जाऊन त्याने सगळीच ३०००० ची फौज पेडगावच्या बाहेर काढली.

मराठे त्वेषाने श्रीगोंदा मार्गे नगरहून निघाले, बहादूर खान आणि मराठे आमने सामने आले. पण मराठ्यांनी एकदम जवळ येऊन खानाला पाठ दाखवली. इतिहासात हे पहिल्यांदाच झाल म्हणून बहादूर खान आश्चर्यचकित झाला.

मराठे थोड पुढे जायचे आणि लगेच माघारी फिरायचे. अस २-३ वेळा झाल, शेवटी वैतागून बहादूरखानाने ठरवलं की आज ह्या मराठ्यांना सोडायचं नाही, अस म्हणत तो नगरच्या वेशीवर आला तब्बल ४० ते ५० किमी मराठ्यांनी मुघल सैनिकांना पळवून बाहेर आणल.

बहादूर खानाला वाटल मराठे घाबरले आणि पळून गेलेत.

"ये मराठे तो डरपोक निकले, उन्हे कैसे मैने भगाया ये तो मे खुद बादशाह को बताऊंगा. अपना किला भी बच गया और दुश्मन भी भाग गये." अस म्हणत तो पेडगावच्या दिशेने निघाला.

बघतो तर काय, बहादूर गड पूर्ण जळालेला.

ये किसने किया?

एक सैनिक म्हणतो, "हुजुर मरहट्टे आये थे."

मरहट्टे? फिर वो भागे वो कौन थे?

"हूजुर वो भी मरहट्टे ही थे, मरहट्टे भागते भी है, दौडा दौडा के भगाते भी है और दौडा दौडा के मारते भी है"

हे ऐकून खान चांगलाच घाबरला.

पेडगावच शहाणं

झाल अस की जेव्हा बहादूर खान सगळ सैन्य घेऊन ७००० मराठ्यांच्या मागे गेला, तेव्हा २००० मराठे घेऊन सरसेनापती हंबीरराव मोहिते कुरकुंभ मार्गे गडावर गेले आणि तिथे त्यांनी हल्ला केला, गड बेचिराख केला.

"हर हर महादेव" ची गर्जना झाली.

२००० मराठे गडावर गेले, मोहिमेत हंबीररावांसोबत अनाजी पंत दत्तो देखील होते. मुघली सैन्याची पुरती पिछेहाट झाली. त्यांना काही समजेपर्यंत मराठे खूप आतमध्ये गेले होते. सगळं द्रव्य आपल्या ताब्यात घेतलं. हा एक मात्र नक्की, मराठ्यांनी गडावरच्या मुघली स्त्रिया, लहान पोरं आणि म्हातारी माणसं यांना कोणतीही इजा केली नाही.

खुद्द औरंगजेब बादशाहचा मावस भाऊ असून पण मराठ्यांनी त्याला येड्यात काढल. बादशाहने त्याची बदली त्या काळच्या पंजाब प्रांतातील लाहोर मध्ये केली. तिथेच त्याची समाधी आहे, तिथं लोक त्याला खूप मानायची की हा बहादूरखान बहादुर आहे. अरे पण तुम्हाला माहितीये का मराठ्यांनी त्याला कशी अद्दल घडवली ते.

हंबीरराव क्षणाचा ही विलंब न करता रायगडाकडे १ कोटी होन आणि २०० अरबी घोडे घेऊन गेले.

मुघलांना मराठ्यांनी परत एकदा पराभवाच पाणी पाजलं होत. थोड्याच दिवसात शरमेने बहादूरखान तिथून निघून गेला. शत्रूच्या मनात काय चाललंय हे ओळखून त्याच्या विरुद्ध कारवाई कशी करायची हे मराठ्यांच्या सरसेनापतींनी दाखवून दिल.

गनिमी कावा करावा तो फक्त मराठ्यांनीच !

याच प्रसंगामुळे मराठीमध्ये पेडगावचा शहाणा हि म्हण प्रचलित झाली.

•••

॥ हर हर महादेव ॥

॥ जय जिजाऊ जय शिवराय जय शंभुराजे ॥

कोंढाण्याचं लग्न अन सुभेदार

आपल्या इतिहासात अशा काही घटना आहेत, आज ३५० वर्षे झाली पण अजूनही काही योद्धे आहेत ज्यांना आपण विसरू शकत नाही. मला वाटतं, सिंहगड किल्ल्याबद्दल माहिती नसणारे फार कमी लोक असतील.

होय, मी थोर मराठा सुभेदार तान्हाजी मालुसरे यांच्याबद्दल बोलतोय.

छत्रपती शिवाजी महाराजांनी स्वराज्य निर्माण केलं खरं, पण त्याच बरोबर त्यांचे शत्रूही वाढले होते. सिद्दी, पोर्तुगीज, ब्रिटिश, एकीकडे निजामशाही, दुसरीकडे आदिलशाही आणि मुघल तर होतेच कट्टर वैरी. तेव्हा खरा डाव साधला औरंगझेबाने.

एका हिंदू राजाला एका हिंदू राजासमोर उभा करण्याची भयंकर कल्पना त्याच्या डोक्यात आली आणि म्हणूनच मिर्झा राजे जयसिंगाला दिलेर खान सोबती देऊन पाठवलं स्वराज्यावर आक्रमण करायला.

69

राजा हिंदू जरी असला तरी बादशहाला इमानदार होता. त्याने स्वराज्यावर आक्रमण केलं. यावेळी शिवरायांना गनिमी कावा करायला मिर्झा राजा जयसिंगाने कुठेही संधी दिली नाही.

सरते शेवटी, नाईलाजाने फक्त रयतेचं सुख लक्षात घेऊन शिवरायांनी तह करायचं ठरवलं. याच तहात राजांनी मुघलांना स्वराज्यातील २३ किल्ले दिले. हाच तो पुरंदरचा तह.

राजे आग्र्याहून सुखरूप परत आले. पण आल्याबरोबरच त्यांनी नवीन मोहीम करायचं ठरवलं. मुघलांना दिलेले किल्ले परत मिळवायचेच असा संकल्प त्यांनी केला होता. त्या २३ किल्ल्यामधील सगळ्यात महत्त्वाचा किल्ला म्हणजे कोंढाणा. अगदी राजगडाच्या समोरचाच किल्ला. हा किल्ला जिंकण्यासाठी राजे स्वतः जातीने निघणार होते.

ही वार्ता त्यांचे परममित्र सुभेदार तान्हाजीराव मालुसरे यांना समजली.

सुभेदार तान्हाजीराव मालुसरे

तान्हाजीराव मालुसरे म्हणजे पराक्रम शौर्य, त्याग आणि शिवरायांवर अटल निष्ठा असलेले नाव. महाराज नेहमी म्हणायचे तान्हाजीरावांसोबत असलं कि बालेकिल्ल्यात असल्यासारखं सुरक्षित वाटतं.

तान्हाजी शिवरायांसोबत नेहमी सावलीप्रमाणे राहायचे. लहानपणी लाल महालापासूनची मैत्री ते सुभेदार होण्यापर्यंत चा प्रवास दोघांनी सोबतच केला होता.

तान्हाजी मालुसरेंना रायबा नावाचा एक मुलगा होता, कोंढाणा घ्यायची योजना जेव्हा राजांच्या मनी आली नेमकं तेव्हा हि गोष्ट तान्हाजी रावांना काही सांगितलेली नव्हती.

रायबाचं लग्न कार्य सुभेदारांच्या घरी सुरु होत. पोराचं लग्न म्हणल्यावर एक बाप म्हणून तान्हाजी रावांनाही लग्नाची धामधूम होतीच. कधी एकदा लग्नाचं निमंत्रण घेऊन राजगडावर जातोय असं त्यांना झालं होत.

राजमाता जिजाऊ आणि शिवाजी राजांचे आशीर्वाद रायबाच्या डोक्यावर मिळावे असं त्यांना मनातून वाटत होत.

सूर्याजी मालुसरे हा त्यांचा धाकटा भाऊ, आणि आपले शेलार मामा यांना घेऊन तान्हाजी राजगडावर पोहचले. जस जस तान्हाजीराव गड सर करत होते, तस तस त्यांना काहीतरी वेगळच गडावर सुरुये अशी शंका आली. सगळ्या गडावर कोणत्यातरी मोहिमेची तयारी सुरु होती.

तान्हाजीरावांनी ओळखलं आपल्याला सोडून मोहीम म्हणजे नक्कीच रायबाच्या लग्नाची वार्ता राजांना समजली असावी.

गडावर जाताच मालुसरे घराण्यातील ३ मातब्बर शिवरायांसमोर मुजरा करायला समोर आले.

मग सुरु झालं एका मित्राचं दुसऱ्या मित्रासोबत संभाषण....

शिवराय: या या तान्हाजी राव तुम्हाला पाहून फार आनंद झाला. रायबाच्या लग्नाची वार्ता ऐकून मन प्रसन्न झालं.

तान्हाजी: व्हय कि आम्हाला भी तुमचं अन साक्षात जगदंबेचं दर्शन घेऊन आनंद झाला. पण तुमचं मन जरी प्रसन्न असलं राजे तरी आमचं मन मात्र एका गोष्टीनी दुखी झालं बघा.

शिवराय: दुखी? आम्ही समजलो नाही. घरात एवढं मंगल कार्य असताना तान्हा तू दुखी कसा असू शकतोस?

तान्हाजी: आव शिवबा राजे, तेच म्हणतोय म्या..... घरात एवढं मंगल कार्य (मोहीम) काढलं असताना आम्हाला आवताण कस नाय धाडलं तुम्ही?

म्या तर असं ऐकून हाय का तुम्ही कोंढाणा घ्यायला निघाला हायसा.... खरं हाय का हे?

अन जर खरं असलं तर हे काय बरोबर नाय बघा.

शिवराय: बरोबर नाही? तान्हा मी शब्द दिलाय आऊसाहेबांना कि हा कोंढाणा घेतला नाही तर शिवाजी म्हणून नाव नाय लावणार......

तान्हाजी: आव तसं नव्ह, मोहीम काढली ती चांगलंच म्हणायचं कि सवराज्यासाठी पण आम्हास्नी काय तुम्ही सांगितलं नाय हे काय बरोबर नाय बघा.

शिवराय: अरे तान्हा अरे तुझ्या घरी मंगल कार्य आहे, तुझ्या पोटच्या पोराचं लग्न आहे. कोंढाणा मोहीम आम्ही स्वतः बघून घेऊ, तू रायबाच्या लग्नाची तयारी कर.

आम्ही आणि आऊसाहेब येऊच कि लग्न पार पाडायला, हो कि नाही आऊसाहेब?

जिजाऊंनी स्मितहास्य करून होकारार्थी कौल दिला

सगळे सरदार, राजांचे मावळे होय ला होय देऊ लागले. सगळे म्हणाले, होय सुभेदार आम्ही सगळे जण लग्नाला येऊ.

सुभेदार तान्हाजी राव मात्र शांत चित्ताने हे सर्व बघत होते.

तान्हाजी: राजं, हे काय मनाला पटत नाही बघा. आम्ही असताना म्या म्हणतो तुम्ही कशापाई लढायला जायचं हो. आव आजपसतुर तुमचा एक

भी सबुद म्या खाली पडू दिला नाही बघा. पण आज काय ह्यो पट्ठ्या तुमचं ऐकायचा नाही. सुभेदार म्हणून नाही पण एका मैत्राच्या हक्काने सांगतो.

कोंढाण्याच्या मोहिमेवर म्याच जाणार बघा. व्हय रं गड्यानो काय म्हणता?

मावळे आपापसात कुजबुजू लागले.

शिवराय: तान्हा अरे कस समजावू तुला.

रायबाचं लग्न आहे, घराला तुझी गरज आहे. असे शुभ कार्य परत परत होत नसतात. तूम्ही लग्न लावा आम्ही कोंढाणा असा घेऊन येतो बघा.

तान्हाजी: बस राजं, काय बोलतायसा जी !!!

घरातलं लग्न मला सवराज्यापरीस इतकं भी महत्तवाचं नाय. आम्ही असताना तुम्ही मोहिमेवर जाणं म्हंजी आपल्या काय डोक्यात हि गोष्ट बसत नाय. आम्ही शेलक मावळे घेउन कोंढाणा सर करून तुमच्या अन आऊसाहेबांच्या पायावर घालतो.

घरातलं लग्न व्हायचं काय राहतंय का तवा, पण आज जर का म्या कोंढाणा घ्याया नाय गेलो, तर अशी शेकडो घरातली लग्न सुखानी नाय लागणार. रयत सुखी राहिली, तरच स्वराज्य कि ओ.

अन आता रयतेचं सुख या कोंढाण्याच्या विजयावर हाय, नाय म्हणू नका जाऊ द्या मला मोहिमेवर.

म्या सबूद देतो तुम्हास्नी, रयतेचा श्वास मोकळा होईल, रयत आनंदानी राहील. हे खरं शुभ कार्य हाय राजं.

ते काही नाही आम्ही असताना राजांना आम्ही जाऊ देणार नाही, म्या स्वतः जाणार....

तान्हाजी रावांचे हे शब्द ऐकून भरलेला सगळा दरबार स्तब्ध झाला. राजांना हि आता काय बोलावं ते कळेना.

शिवराय: अरे तान्हा पण रायबाचं लग्न.........

शिवाजी राजे बोलणार तेवढ्यात तान्हाजी रावांनी मधेच राजांना थांबवलं.

तान्हाजी: **"राजं, आधी लगीन कोंढाण्याचं मग रायबाचं !!!"**

हे शब्द ऐकताच शिवरायांच्या डोव्व्यात अश्रू दाटले. त्यांनी तडक जाऊन तान्हाजीला मिठी मारली.

तान्हाजींनी ठाम निर्णय केला कि तेच कोंढाण्याच्या मोहिमेवर जातील.

उदयभान राठोड

कोंढाणा घ्यायला तान्हाजी मालुसरे जाणार हे तर पक्क झालं. पण कोंढाणा घेणं वाटत तेवढं सोप्पं नव्हतं. यावेळीही औरंगझेबाने तीच खेळी खेळली. एका हिंदू राजपूत राजाला किल्ल्याचा किल्लेदार म्हणून पाठवलं. नाव होत उदयभान राठोड.

उदयभान हा मूळचा राजस्थानचा. धर्माने हिंदू असला तरी, औरंगझेबाच्या चाकरीला होता. त्याच मीठ खातो म्हणून त्याचाच जयजयकार करायचा, असं त्याच काम होत. राजकारणात तितकाच धूर्त आणि लढाई मध्ये तितकाच चिवट.

उदयभान क्रूर होता, कोंढाण्याच्या आजूबाजूच्या गावात त्याने त्याची वचक बसवली होती. त्याच नाव जरी ऐकलं तरी लोकांना थरकाप सुटायचा. कोंढाण्यावर उदयभान राठोड सारखा क्रूर किल्लेदार, त्याच्या साथीला औरंग्याने दिलेले १५०० सैनिक. मराठ्यांचा किल्ला घेताना कस लागणार हे तर स्पष्ट होत.

कोंढाण्याची मोहीम

किल्ला घेण्यासाठी कितीही मराठे येऊ शकतात असं उदयभानाला वाटत होत पण मोहिमेला तान्हाजी रावांनी फक्त ५०० मावळे सोबत मागितले. कोंढाण्यासारखा किल्ला परत मिळवणं अवघड होत. पण मराठ्यांनी निर्धार केला होता.

सुभेदार तान्हाजी मालुसरे यांच्या नेतृत्वाखाली मोहीम निघाली. सोबत त्यांचे धाकटे बंधू सूर्याजी मालुसरे आणि शेलारमामा देखील निघाले. बहिर्जी नाईक आणि त्यांच्या गुप्तचर खात्याने सध्य स्थितीची गडाची संपूर्ण माहिती आणली होती.

द्रोणागिरी कडा, पुण्याकडून कल्याण दरवाजा आणि अजून बाकीचे मार्ग त्या माहितीतून पुढे आले. सूर्याजी मालुसरे कल्याण दरवाज्यातून आत येणार होते तर स्वतः तान्हाजी मालुसरे द्रोणागिरी कडा येंगून येणार होते. पण तिथून येणं अवघड आणि तितकंच जोखिमेच होत.

इतिहासाची पान चाळून बघितली तर काही पोवाड्या मध्ये घोरपडीचा संदर्भ सापडतो तर काही पुस्तकांमध्ये घोरपडे बंधूंचा संदर्भ सापडतो. द्रोणागिरी कडा यांच्या मदतीने सर्व मराठे चढून वरती गडावर पोहचले. उदयभान तसा बेसावध होता, कारण कोणालाही वाटणार नाही की मराठे असाही प्रयत्न करतील.

किल्ल्यावरून खाली जरी बघितलं तरी चक्कर येऊन माणसं पडायची, अशा ठिकाणाहून मावळे वरती गडावर पोहचले.

उदयभान राठोड हा शरीराने बलवान होता, तितक्याच ताकदीचे किंबहुना त्याच्या पेक्षा जास्त बलवान सुभेदार होते. दोघांचा आमना सामना झाला, एकमेकांच्या पुढ्यात येऊन थांबले. जोरदार युद्ध झाल, बरेच मावळे धारातीर्थी पडले.

मराठ्यांनी मुघली सैनिकांचा फडशा पाडला. पण सगळ्यांचं लक्ष उदयभान आणि तान्हाजी यांच्याकडे होत. समोर आल्यावर तान्हाजी आणि उदयभान यांच्या मध्ये संभाषण झालं हे युद्धच होऊ नाय आणि सगळ्यांचे प्राण वाचावेत म्हणून.

तान्हाजी: आरं हिंदू राजपूत असून बादशाहची चाकरी कशापायी करतोय.

आन, त्याच्या नादी लागून शिवाजी राजांशी टक्कर घेतोयस व्हय.

उदयभान: बादशाह का नमक खाया है मैने और उस नमक का कर्ज चुकाने के लिये मै किसी के भी खिलाफ़ जा सकता हू.

तान्हाजी: शिवाजी राजांनी एवढं स्वराज्य उभं केलं, इथं सगळी रयत सुखी हाय.

अशा राजाच्या विरोधात जाऊन लढायला पटतय व्हय एका राजपूत राजाला.

अजून भी वेळ गेलेली नाय, महाराणा प्रतापांच्या शौर्याला आठवून स्वराज्यात सामील हो. राजे तुला मारणार नाहीत.

उदयभान: मैने आलमगीर को जबान दी है, शिवाजी राजा अच्छा काम करता है वो भगवान का फरिश्ता है लेकिन मै मेरी जबान से पीछे नही हट सकता.

मेरे वसुलो के खिलाफ़ है ये, अगर किला लेना है तो ये जंग तो होके रहेगी.

तान्हाजी: असं व्हय, मग होऊनच जाऊदे आता. कोंढाणा घेतल्याशिवाय हा तान्हाजी माग हटणार नाय.

असं लय गुलाम बघितल्यात त्या तुमच्या दिल्लीच्या मालकाचं, पण लक्षात ठेवा सगळ्यांचं एकच धनी हाईत ते म्हंजी आमचं शिवाजी राजं.

सुभेदारांनी उदयभानाला समजावण्याचा एक प्रयत्न केला नंतर मात्र त्यांनी युद्धात रौद्ररूप धारण केलं.

दोघांमध्ये तुफान युद्ध झाल, भयंकर लढाई झाली. तान्हाजी मालुसरे यांनी उदयभानावर सपासप वार काढले, त्यानं ही वार केले. तान्हाजींनी ते वार आपल्या ढाले वर झेलले. त्यांच्या ढाली वर इतके वार झाले की ढाल तुटून गेली.

आता काय करणार?

उदयभानाला वाटलं आता तान्हाजी शरणागती पत्करेल, पण माघार घेईल तो मराठा कसला. तान्हाजी रावांनी हाताला शेला बांधून त्यांच्या हाताचीच ढाल बनवली, हे बघून सगळेच आश्चर्यचकित झाले.

उदयभान चेकाळला आणि त्याने तान्हाजी रावांच्या शेला बांधलेल्या त्या हातावरच वार करायला सुरुवात केली. शेला बांधलेल्या हातावर इतके वार झाले कि हातातून रक्ताची धार सुरु झाली.

वेदना असह्य होत्या तरी सुभेदार डगमगले नव्हते. हात रक्तबंबाळ झाला, तान्हाजी रावांच्या देहावर भरपूर जखमा झाल्या होत्या तरी त्यांनी हिंमत हारली नव्हती.

तान्हाजीरावांनी जीवाची बाजी लावून उदयनभानाला सळो कि पळो करून सोडले. उदयभान पण चिवट होता, त्याने हार मानली नाही.

दोघांचे एकमेकांच्या शरीरावर इतके घाव करून झाले होते कि दोघांना उभा राहता येईना. जखमा जरी झाल्या असल्या तरी गड अजून जिंकलेला नाही हा विचार करून त्वेषाने तान्हाजी राव त्यांच्यावर वार करायला गेले.

गड आला पण

गडावर संपूर्ण काळोख पसरला होता, फक्त तान्हाजी मालुसरे आणि उदयभान राठोड यांच्या तलवारीचा कडकडाट ऐकू येत होता.

उदयभान राठोड थकला होता, तान्हाजींच्या एका जोरदार वारात तो जमिनीवर कोसळला. राजगडाच्या दिशेनं पाहून तान्हाजी रावांनी राजांना मुजरा केला आणि ते भोवळ येऊन खाली पडले.

तान्हाजी मालुसरे म्हणजे साक्षात सुभेदार खाली पडलेले पाहून मराठा सैन्य घाबरून गेलं आणि सगळे मावळे गड जिंकायचा सोडून मागे फिरायला लागले. ते पाहून सूर्याजी खूप संतापले. त्यांनी गडावर येण्यासाठी जे दोर वापरले होते ते कापून टाकले आणि म्हणाले,

तिकडं तुमचा बाप खाली पडलाय. त्याला बघून, या सवराज्यासाठी, आपल्या शिवाजी राजांसाठी आपल्याला हा गड घ्यायचाच आहे.

असं भेकडासारखं कुठं पळून निघालात?

मी खाली जायचे सगळे दोर कापलेत. आता एकत्र लढून मरा नाहीतर किल्ल्यावरून खाली उड्या मारून मरा.

ज्याला माझ्या सोबत यायचंय त्यांनी या.

हर हर महादेव अशी गर्जना करून मावळे पुन्हा जोमाने आणि अधिक त्वेषाने लढू लागले. गडावरच्या ५००० पेक्षा जास्त मुघली सैन्याचा मर्द मराठ्यांनी पराभव केला आणि कोंढाणा जिंकून आपल्या ताब्यात घेतला. राजमाता जिजाऊ आणि शिवरायांना हि बातमी समजली. मावळ्यांनी सांगितलं महाराज कोंढाणा आपण परत मिळवला पण सुभेदार....

सगळ्यांची शांतता आणि दुखी झालेले चेहरे बघून राजांनी परत विचारलं तेव्हा त्यांना तान्हाजी मालुसरे गड घेता घेता धारातीर्थी पडले असं

सांगण्यात आलं. हे ऐकताच शिवरायांच्या डोळ्यात पाणी आलं आणि ते म्हणाले,

"गड आला पण माझा सिंह गेला"

तेव्हापासूनच कोंढाणा या किल्ल्याच नाव सुभेदार तान्हाजी मालुसरे यांच्या स्मरणार्थ सिंहगड असं ठेवण्यात आलं.

स्वतःच्या मुलाचं लग्न बाजूला ठेवून रयतेसाठी, स्वराज्यासाठी, या मराठी मातीसाठी आणि आपल्या परममित्राला दिलेल्या वचनासाठी तान्हाजी लढले. नुसते लढलेच नाहीत तर शर्थीची झुंज करून कोंढाणा किल्ला आऊसाहेबांच्या पायावर घातला.

जोपर्यंत या पृथ्वीवर सूर्य चंद्र आहेत तोपर्यंत इतिहासात त्यांचं नाव अजरामर राहील.

केवढा तो त्याग, केवढी ती निष्ठा, केवढं ते स्वराज्यप्रेम !!!

खरंच धन्य ते सुभेदार तान्हाजी मालुसरे.

• • •

सुजित नामदेव तांबे

शिवछत्रपती जयघोष

छत्रपती शिवाजी महाराज का नाम गूंजे, भारत की धरती पर।
शौर्य, पराक्रम, अदम्य साहस, जिनका दुश्मनो मे था डर ॥

सह्याद्री की ऊँची चोटियों पर, किलों का निर्माण किया।
मातृभूमि की रक्षा हेतु, जीवन को बलिदान किया॥

प्रजा के लिए न्यायप्रिय, राजा जो कहलाए।
धर्म, संस्कृति, वीरता के, मूर्तिमान थे शिवाजी महाराज॥

रणभूमि में गरजते थे, बिजली सी चमक उठती।
शत्रु के हृदय में भय भरते, सिंह गर्जना सी दहाड़ उठती॥

भारत माँ के सच्चे सपूत, छत्रपती शिवाजी महाराज।
जन-जन के हृदय सम्राट, हम सबको है उन पर नाज॥

तलवारधारी वीर वो, स्वाभिमानी योद्धा, शत्रु का काल।
माँ जिजाऊ का गर्व, धरती का लाल॥

स्वराज्य की स्थापना, जनता का नायक, धैर्य, वीरता और नीति, उनमें समाहित।
शिवछत्रपती, जयघोष करे सुजित॥

द्वितीय चरण

व्यवस्थापन

॥ हर हर महादेव ॥
॥ जय जिजाऊ जय शिवराय जय शंभुराजे ॥

अष्टप्रधान मंडळ
(संस्थात्मक संस्कृती)

छत्रपती शिवाजी महाराजांचे व्यवस्थापन विकसित आणि आधुनिक प्रणालीच्या आधारे केले गेले होते. अष्टप्रधान मंडळ म्हणजेच आजच्या युगातील कॉर्पोरेट कंपनीची प्रशासकीय व्यवस्था. आजच्या युगातील Organizational Culture (संस्थात्मक संस्कृती) म्हणजेच महाराजांचे अष्टप्रधान मंडळ. त्यांच्या व्यवस्थापनाची मुख्य आणि महत्वपूर्ण सूत्र खाली सांगितलेली आहेत:

१. सरकाराची आणि प्रशासनाची संरचना

२. प्रादेशिक प्रशासन आणि स्वतंत्रता

३. न्यायपालिका आणि न्यायप्रधान यांची महत्वपूर्णता

४. आर्थिक विकास आणि संपदा व्यवस्थापन

५. सुरक्षा आणि सैन्यप्रबंधन

६. जलसंधारणा आणि अभियांत्रिकी

१. सरकाराची आणि प्रशासनाची संरचना

छत्रपती शिवाजी महाराजांनी आपल्या सरकाराची आणि प्रशासनाची संरचना तयार केली. त्यांच्या संरचनेतील महत्वपूर्ण घटकांमध्ये "अष्टप्रधान मंडळ" हे महत्त्वपूर्ण मानले गेले आहे.

या मध्ये आपल्या सरकाराच्या विविध क्षेत्रांतील प्रशासनाची जिम्मेदारी विभागली गेली आणि कार्यांच्या प्रभारणाच्या दक्षतेसह ती स्वराज्य हितासाठी वापरली गेली.

२. प्रादेशिक प्रशासन आणि स्वतंत्रता

शिवाजी महाराजांनी स्वतंत्र प्रादेशिक प्रशासनाच्या मूल सिद्धांतावर आधारित संरचना तयार केली होती. हे स्थानिक प्रशासन पूर्णपणे ग्रामीण विकासाच्या क्षेत्रात सुधारणांसाठी होते. प्रदेश विकसित झाला पाहिजे या हेतूने त्यांनी स्वतंत्र उभारणा केली.

त्यांनी प्रशासनात आपल्या प्रजेच्या सर्व क्षेत्रांच्या आवश्यकतेसाठी संवाद आणि संभाषण यांना प्रमुख स्थान दिल. त्यांच्या सरकाराच्या काम करण्याच्या पद्धतीत आणि सुधारणेच्या क्षेत्रात संवाददायिकतेच्या महत्वाची भूमिका आहे.

३. न्यायपालिका आणि न्यायप्रधान यांची महत्वपूर्णता

त्यांच्या प्रशासनात न्यायपालिकेला महत्वाच स्थान आहे. त्यांनी न्यायप्रधान संरचनेची योजना केली, ज्यामुळे न्यायपालिका प्रणालीच्या सुधारणेत महत्वपूर्ण परिवर्तने होतील आणि स्वराज्यावर अंकुश राहील. या न्यायामुळेच रयत सुखी झाली होती.

स्त्रियांना हक्कच व्यासपीठ मिळालं होत.

४. आर्थिक विकास आणि संपदा व्यवस्थापन

छत्रपती शिवाजी महाराजांनी संपदा व्यवस्थापनाच्या क्षेत्रात सुधारणा केल्या. त्यांनी कृषी, व्यापार, उद्योग, शिल्पकला यांच्या क्षेत्रातील संवर्धनाची दिशा दिली.

५. सुरक्षा आणि सैन्यप्रबंधन

त्यांनी सुरक्षा आणि सैन्यप्रबंधनाच्या क्षेत्रात सुधारणा केली. त्यांच्या सैन्यप्रबंधनात सर्व मावळे जोडले गेले. स्वराज्य कशाप्रकारे सुरक्षित राहील, यावर त्यांनी भर दिला.

६. जलसंधारणा आणि अभियांत्रिकी

शिवाजी महाराजांनी जलसंधारणेच्या आणि अभियांत्रिकीच्या क्षेत्रातही सुधारणा केली. त्यांच्या नौका-सेनेच्या विकासाने त्यांनी समुद्री संरचना व सुरक्षितता सुनिश्चित केली. आरमार उभारले आणि समुद्रमार्गावर वर्चस्व मिळवलं. शिवाजी महाराजांच्या व्यवस्थापनाची मुहूर्तमेढ करण्यासाठी त्यांनी उद्योग, शिक्षण, आर्थिक संरचना, सैन्यप्रबंधन आणि सामाजिक सुधारणा यांच्या विविध क्षेत्रात सुधारणा केली. त्यांच्या व्यवस्थापनाने त्यांच्या साम्राज्याच्या संरचनेच्या, कामगार सुरक्षिततेच्या आणि आपल्या प्रजेच्या विकासाच्या मार्गाने मार्गदर्शन केले.

प्रशासन

छत्रपती शिवाजी महाराजांचा वारसा त्यांच्या लष्करी विजयांच्या पलीकडे आहे; ते एक दूरदर्शी शासक होते ज्यांना प्रभावी शासन आणि प्रशासनाचे महत्त्व समजले होते. त्यांनी विकेंद्रित प्रशासकीय प्रणाली लागू केली, एक मजबूत केंद्रीय अधिकार सुनिश्चित करताना स्थानिक स्वायत्ततेला प्रोत्साहन दिले.

आठ मंत्र्यांची परिषद असलेल्या "अष्ट प्रधान" ने अर्थ, लष्कर आणि न्यायव्यवस्था यासह राज्याच्या विविध पैलूंचे व्यवस्थापन करण्यास मदत केली. न्याय, सहिष्णुता आणि धार्मिक स्वातंत्र्यावर त्यांनी भर दिल्याने त्यांना त्यांच्या शासनाखाली विविध समुदायांचा आदर आणि निष्ठा प्राप्त झाली.

लष्करी नवकल्पना

शिवाजी महाराजांची लष्करी प्रतिभा त्यांच्या तेज आणि नाविन्यपूर्ण डावपेचांसाठी ओळखली जाते. पश्चिम किनाऱ्यावरील पोर्तुगीज, ब्रिटीश आणि इतर युरोपीय शक्तींच्या सागरी प्रभावाचा मुकाबला करण्यासाठी त्यांनी एक मजबूत नौदल विकसित केले.

गनिमी कावा किंवा गनिमी युद्ध ही त्यांची संकल्पना एक क्रांतिकारी दृष्टीकोन होती ज्यामुळे त्यांच्या लहान सैन्याने मोठ्या सैन्यावर मात केली. "स्वरक्षा" (स्व-संरक्षण) स्थापनेने स्थानिक संरक्षण सुनिश्चित केले आणि केंद्रीय सैन्यावरील भार कमी केला.

मुघल आणि इतर प्रादेशिक शक्तींच्या ताब्यात गेलेले किल्ले परत मिळवणे ही त्यांची सर्वात लक्षणीय लष्करी कामगिरी होती. मराठा प्रदेश पुन्हा मिळवण्याचा त्यांनी निर्धार दाखवला.

धार्मिक सहिष्णुता आणि सामाजिक सुधारणा

छत्रपती शिवाजी महाराजांची राजवट धार्मिक सहिष्णुता आणि सामाजिक बांधिलकी याद्वारे चिन्हांकित होती. साधू संतांचा आदर करणे, आपली संस्कृती जपणे तसेच धर्म स्थानांचे रक्षण करणे हे आपलं प्रथम कर्तव्य आहे असं महाराज मानायचे. ते सर्व धर्माच्या लोकांशी आदराने वागत होते, त्यांनी सर्वांना उपासनेचे स्वातंत्र्य दिले.

शिवाजी महाराजांनी अनेक मंदिरे बांधली, त्यात रायगडच्या जगदीश्वर महादेवाचाही समावेश आहे. सप्तकोटीश्वर मंदिराचा जीर्णोद्धार केला. प्रतापगडावर आई तुळजाभवानीचे मंदिर बांधले. त्यांच्या प्रशासनामुळे विविध समुदायांमध्ये एकतेची भावना निर्माण झाली आणि आज महाराष्ट्रात असलेल्या सांस्कृतिक क्षेत्रात त्यांचे मोलाचे योगदान आहे. त्यांनी कृषी विकास, सिंचन प्रकल्प आणि व्यापार यांना प्रोत्साहन दिले आणि त्यांच्या स्वराज्यातील आर्थिक समृद्धी वाढवली.

शिवाजी महाराजांनी जून १६७४ मध्ये राज्याभिषेक करून घेतला आणि मराठ्यांच्या स्वतंत्र आणि सार्वभौम राज्याचा जयघोष केला. शिवाजी महाराजांची राज्याभिषेकाची कल्पना अतिशय व्यापक व प्रभावी होती. या कल्पनेमुळे निर्विकार पडलेल्या मराठी माणसाला चेतना मिळाली, या समारंभ प्रसंगी शिवाजींनी छत्रपती हे पद धारण केले.

छत्रपती हेच स्वराज्याचे सार्वभौम व सर्वसत्ताधारी होते; त्यांच्यावर कोणाचेही नियंत्रण नव्हते राज्याच्या सर्व क्षेत्रात त्याची निरंकुश सत्ता चालत होती व न्यायदानाचे अंतीम अधिकार छत्रपतींकडेच होते. याचप्रसंगी शिवाजी महाराजांनी अष्टप्रधान पद्धती स्वीकारली.

राज्यकारभाराची निरनिराळी कामे त्यांनी या मंत्र्यांकडे सोपवली होती. ते आपल्या कामाबद्दल वैयक्तिकरित्या छत्रपतींना जबाबदार असत. अष्टप्रधान मंडळ ही मराठा साम्राज्याचे संस्थापक छत्रपती शिवाजी महाराज यांनी स्थापन केलेली प्रशासकीय आणि सल्लागार परिषद होती.

कौन्सिलमध्ये आठ मंत्र्यांचा समावेश होता, त्यापैकी प्रत्येकाला प्रशासनात विशिष्ट जबाबदारी सोपवण्यात आली होती.

आठ मंत्र्यांचे तपशील आणि त्यांच्या संबंधित भूमिका पुढे दिलेल्या आहेत.

१. पेशवा (पंतप्रधान)

२. अमात्य (अर्थमंत्री)

३. सचिव (सचिव)

४. मंत्री (आंतरिक मंत्री)

५. सरसेनापती (सेनापती)

६. सुमंत (परराष्ट्र मंत्री)

७. पंडितराव (साध्यमंत्री)

८. न्यायाधीश (मुख्य न्यायाधीश)

१. पेशवा (पंतप्रधान) - मोरोपंत त्र्यंबक पिंगळे

पेशवे हे परिषदेचे प्रमुख आणि राजाचे प्रमुख सल्लागार होते. त्यांच्यावर सामान्य प्रशासन आणि कारभाराची जबाबदारी होती. शिवाजी महाराजांच्या मंत्रिमंडळातील प्रथम क्रमांकाचे सर्वोच्च मंत्री. शिवाजी महाराजांनंतर स्वराज्यावर यांचा अधिकार चालत असे. स्वराज्याच्या सर्व राज्यकारभारावर यांना देखरेख ठेवावी लागत असे.

महाराजांच्या गैरहजेरीत राजाचा प्रतिनिधी या नात्याने राज्यकारभार पंतप्रधानालाच सांभाळावा लागत असे यावरुन या पदाचे महत्त्व लक्षात येते.

२. अमात्य (अर्थमंत्री) - रामचंद्र पंत अमात्य

अमात्य महसूल संकलन, खर्च आणि राज्याच्या एकूण आर्थिक व्यवस्थापनावर देखरेख करत होते. मंत्रिमंडळातील हा महत्त्वाचा मंत्री होता. स्वराज्यातील सर्व महाल, परगण्यांचा एकूण जमाखर्च त्या त्या महाल, परगण्यातील अधिकाऱ्यांकडून लिहून घेऊन तो तपासून बरोबर आहे की नाही हे पाहण्याचे त्याचे काम होते. तसेच लिहून ते तपासून महाराजांसमोर सादर करावे लागत असे.

३. सचिव (सचिव) - अण्णाजी दत्तो

सचिव सर्व शाही आदेश आणि पत्रव्यवहाराच्या नोंदी ठेवत. शाही सचिवालय आणि कागदपत्रेही त्यांनी हाताळली होती. सर्व जाणाऱ्या येणाऱ्य पत्रव्यवहारावर लक्ष ठेवणे हे त्यांचे काम होते. शिवाजी महाराजांकडून निरनिराळ्या सुभेदारांना व इतर अधिकाऱ्यांना वेळोवेळी आज्ञापत्रे पाठवली जात. प्रत्येक आज्ञापत्र खलिता जाण्यापूर्वी त्यावर पंत सचिवांना लक्ष ठेवावे लागत असे. स्वराज्याचे सर्व दफ्तर सांभाळण्याचे कामही यांच्याकडेच होते. तसेच जमीन महसुलाच्या व्यवहारावरही लक्ष ठेवावे लागत असे.

४. मंत्री (आंतरिक मंत्री) - दत्ताजीपंत त्रिंबक

हे मंत्री गुप्तचर आणि हेरगिरीसह अंतर्गत प्रशासन पाहत होते. राज्यामध्ये कायदा व सुव्यवस्था राखण्याची जबाबदारीही त्यांच्यावर होती. यांच्याकडे महाराजांच्या खाजगी कारभाराकडे लक्ष ठेवण्याचे काम असे. महाराजांची रोजनिशी ठेवणे, त्यांच्या भोजन व्यवस्थेकडे लक्ष ठेवणे, वैयक्तिक संरक्षणाकडे लक्ष पुरविणे, खाजगी, कौटुंबिक आमंत्रणे करण्याची कामे त्यांना करावी लागत.

५. सरसेनापती (सेनापती) - हंबीरराव मोहिते

सरसेनापती लष्करी कारवायांचे प्रमुख होते आणि युद्धाच्या वेळी सैन्याचे नेतृत्व करत होते. त्यांच्या कडे संरक्षण आणि लष्करी रणनीतीची जबाबदारी होती. शिवाजी महाराजांच्या सैन्याचे घोडदळ व पायदळ हे दोन प्रमुख विभाग होते. या विभागांचा प्रमुख म्हणजे सेनापती. घोडदळ वगळून फक्त पायदळासाठी एक स्वतंत्र सेनाप्रमुख होता पण त्याचा महाराजांच्या मंत्रिमंडळात समावेश नव्हता. स्वराज्याच्या सर्व सैन्यावर

सेनापतींची हुकूमत चालत असे. स्वराज्याचे राज्याभिषेक झाल्यावर पहिले सरसेनापती हंबीरराव मोहिते होते.

६. सुमंत (परराष्ट्र मंत्री) - रामचंद्र त्रिंबक

सुमंत हे परराष्ट्र व्यवहार आणि शेजारील राज्ये आणि परदेशी शक्तींशी संबंध व्यवस्थापित करत होते. त्यांनी मुत्सद्दीपणा आणि युती हाताळली. हे स्वराज्याचे परराष्ट्र मंत्री होते. परराष्ट्रांना खलिते पाठविणे, परराष्ट्रांकडून आलेले खलिते घेणे, परराष्ट्रासंबंधात नियमितपणे महाराजांना माहिती आणि सल्ला देणे ही कामे आणि परराष्ट्रातून हेरांच्या सहाय्याने बातम्या काढण्याचे जबाबदारीचे काम त्यांना करावे लागे. परराज्याशी युद्ध करावं अथवा नाही याबाबत सुमंत राजांना सल्ला देत होते.

७. पंडितराव (साध्यमंत्री) - रघुनाथ पंडित

पंडितराव धार्मिक बाबी, समारंभ, सेवाभावी संस्था सांभाळत. त्यांनी धर्मप्रसाराचीही जबाबदारी घेतली होती. हे धर्मखात्याचे प्रमुख होते. दानधर्म करणे, पंडीत, विद्वान ब्राह्मणांचा सन्मान करणे, यज्ञ करणे, नियमीत चालणाऱ्या धार्मिक कार्याबाबत सल्ला देणे, शास्त्रार्थ पाहणे ही यांची कामे असत.

८. न्यायाधीश (मुख्य न्यायाधीश) - निराजीपंत रावजी

न्यायाधिश हे राज्याच्या अंतर्गत न्यायव्यवस्था आणि न्याय प्रशासनासाठी जबाबदार होते. दिवाणी आणि फौजदारी न्यायिक प्रकरणे त्यांनी हाताळली. हे स्वराज्याचे सरन्यायाधीश होते. दिवाणी व फौजदारी दोन्ही प्रकारच्या गुन्ह्यांबाबत खटले चालवून न्यायनिवाडा करून रयतेला न्याय देणे हे त्यांचे काम होते.

या सगळ्या प्रधान मंडळाचे वेतन निश्चित करण्यात आलं होत. पेशव्यास १५००० होन देत होते तर अमात्यास १२००० होन देत होते. इतर प्रधानांना १०००० होन निश्चित करण्यात आलं होत. आपल्या राज्याचे प्रशासन स्वच्छ आणि पक्के असावं म्हणून त्यांनी सगळ्यांना काही दंडक घालून दिले होते. प्रशासनामध्ये एक शिस्त असावी असं त्यांची इच्छा होती. आपल्या मनाला वाटलं कि निर्णय घ्यायचा असं कोणाच्याही एकट्याच्या हातात त्यांनी काही अधिकार ठेवले नव्हते.

अष्टप्रधान परिषदेच्या प्रत्येक सदस्याने मराठा साम्राज्याच्या कार्यक्षम आणि प्रभावी कारभारात महत्त्वपूर्ण भूमिका बजावली, छत्रपती शिवाजी महाराजांच्या राजवटीच्या यशात चांगले योगदान दिले.

महाराजांनी योग्य माणसे निवडली होती. महाराजांना व्यक्तीच्या गुणांची पारख होती. मुरारबाजी, बाजीप्रभू, तानाजी, बहिर्जी असे कितीतरी नररत्ने महाराजांनी हेरली होती. हेरखाते जागते ठेवले. अचूक माहिती व नियोजन आणि त्याची योग्य अंमलबजावणी करणे. त्यामुळे त्यांना हमखास यश मिळे.

• • •

|| हर हर महादेव ||
|| जय जिजाऊ जय शिवराय जय शंभुराजे ||

स्टार्टअप आणि उद्योजकता

१७ व्या शतकातील महान मराठा शासक छत्रपती शिवाजी महाराज हे केवळ एक तल्लख लष्करी रणनीतीकार आणि जमिनीवर एक दूरदर्शी नेते नव्हते तर त्यांनी शक्तिशाली नौदल उपस्थिती स्थापन करण्याचे महत्त्व देखील ओळखले होते.

परकीय आक्रमणांपासून आपल्या साम्राज्याचे रक्षण करण्यासाठी आणि सुरक्षित आणि समृद्ध व्यापारी मार्ग सुनिश्चित करण्यासाठी किनारपट्टी सुरक्षित करण्याचे महत्त्व शिवाजी महाराजांना समजले. त्यांची दृष्टी जमिनीच्या सीमेपलीकडे त्यांच्या राज्याच्या सीमेवर असलेल्या अरबी समुद्राच्या विस्तीर्ण भागापर्यंत पसरली होती. त्यांच्या नेतृत्व गुणांमध्ये आणि उद्योजकतेमध्ये अनेक विशेषता होत्या ज्या आजच्या उद्योगजगतात देखील अनुकरणीय ठरू शकतात.

युरोपियन सागरी शक्ती आणि प्रादेशिक सल्तनतांचे वर्चस्व असलेल्या काळात, नौदलाच्या उभारणीत शिवाजी राजांची दूरदृष्टी सार्वभौमत्व आणि संरक्षणासाठी त्यांच्या अभिनव दृष्टिकोनाची साक्ष होती.

१. धोरणात्मक विचारधारा:

शिवाजी महाराजांनी आपली साम्राज्यशक्ती वाढवण्यासाठी विविध धोरणांचा अवलंब केला. त्यांनी आपल्या राज्यातील प्रादेशिक शक्तींचा आणि स्थानिक संसाधनांचा कुशलतेने उपयोग केला.

२. नवीन तंत्राचा वापर:

शिवाजी महाराजांनी आपल्या सैन्यात आरमारांचे उपयोग केले, ज्यामुळे समुद्री मार्गांसह व्यापार आणि समुद्री सुरक्षा साधता आली.

३. सशक्त संगठना:

शिवाजी महाराजांनी स्वराज्याची स्थापना करून एक ठोस प्रशासनिक यंत्रणा उभी केली, जिच्यामध्ये प्रजाहित लक्षात घेतले गेले.

४. लोककेंद्रित नेतृत्व:

शिवाजी महाराजांनी नेहमीच आपल्या प्रजेला आणि सैनिकांना महत्व दिले. लोकांच्या गरजा, समस्या आणि सल्ले हे स्वीकारून त्यांनी त्यांच्या कार्यात सुधारणा केली.

४. संकट व्यवस्थापन कौशल्य:

कठीण परिस्थितींमध्ये धैर्याने आणि कुशलतेने मार्ग काढणे हा त्यांचा एक खास गुण होता. त्यांनी अनेक आव्हानांवर मात करून आपले स्वराज्य सुरक्षित ठेवले.

ही सर्व गुणधर्म आधुनिक उद्योजकांना त्यांच्या व्यवसायात यशस्वी होण्यास प्रेरणा देऊ शकतात. शिवाजी महाराजांचे जीवन आणि कर्तृत्व हे अद्यापही प्रेरणादायी आहे आणि उद्योजकतेच्या मूलभूत तत्त्वांचा आदर्श नमुना म्हणून पाहिले जाते.

आजच्या युगातील स्टार्टअप आणि उद्योजकता शिवरायांशी कशी बांधील आहे याच वर्णन आपल्याला पाहायला मिळेल. आज्ञापत्रामध्ये अमात्यांनी शिवाजी महाराजांच्या आरमाराविषयी एक स्वतंत्र प्रकरण लिहलेले आहे. समुद्रामध्ये महाराजांनी एक लष्कर उभारले, असं सभासदाने लिहून ठेवलं आहे.

१६५९ मध्ये शिवरायांनी आरमार बांधायला सुरुवात केली. १६६५ मध्ये त्यांच्या जवळ एकूण ८५ लहान आणि ३ मोठी गलबत होती. पुढील ५ वर्षात त्यांनी इतकं आरमारी सामर्थ्य वाढवले कि १६७० मध्ये त्यांच्या जवळ १६० जहाज असल्याचा उल्लेख सापडतो. दर्यासारंग आणि मायनाक यांच्या नेतृत्वाखाली प्रत्येकी २०० जहाजाचं आरमार होत.

सभासदांच्या माहितीप्रमाणे शिवरायांच्या आरमारात ४०० जहाज होती. महाराजांचे आरमार इतके वाढले होते कि इंग्रज, पोर्तुगीज आणि सिद्दींना या आरमाराची भीती वाटू लागली होती. छत्रपती शिवाजी महाराज यांनी आपल्या काळात भारतीय नौदलाची स्थापना केली आणि ते अत्यंत कुशलतेने व्यवस्थापित केले. जहाज बांधणी आणि आरमार याच महत्त्व मध्यमयुगात फक्त शिवरायांच्या लक्षात आले हे विशेष. म्हणूनच जदुनाथ सरकार म्हणतात कि छत्रपती शिवाजी महाराज हे भारतीय आरमाराचे जनक आहेत.

त्यांच्या नौदल व्यवस्थापनाचे काही महत्त्वाचे पैलू खालीलप्रमाणे आहेत:

नौदलाची स्थापना

छत्रपती शिवाजी महाराजांनी कोकण किनारपट्टीवर नौदल उभारणी केली, ज्यामुळे त्यांना समुद्री व्यापार व संरक्षणासाठी एक मजबूत आधार मिळाला. महाराजांनी समुद्रावर अनेक जलदुर्ग उभारले. उदा. सिंधुदुर्ग,

विजयदुर्ग इत्यादी. हे किल्ले नौदलाच्या संरक्षणासाठी आणि नियंत्रणासाठी अत्यंत महत्त्वाचे होते.

त्यांनी विविध प्रकारच्या जलवाहकांचा समावेश करून एक विविधतापूर्ण नौदल उभारले. यात गलबते, गुराब आणि शिकारा यांचा समावेश होता.

नौदलाची प्रशिक्षणे

छत्रपती शिवाजी महाराजांनी आपल्या सैनिकांना विशेष प्रशिक्षण दिले. त्यांनी विशेषत: जलमार्गांचा अभ्यास करून त्या मार्गांवर नियंत्रण ठेवण्याची कला शिकवली.

सागरी व्यापारी मार्गांवर नियंत्रण

त्यांनी आपल्यासाठी महत्त्वाच्या असलेल्या सागरी व्यापारी मार्गांवर नियंत्रण मिळवले. यामुळे व्यापार सुरळीत झाला आणि आर्थिक समृद्धी प्राप्त झाली. महाराजांनी परदेशी सागरी शक्तींशी संबंध ठेवले आणि त्यांच्याकडून तंत्रज्ञान आणि रणनीती शिकल्या.

सागरी लढायांचे नियोजन

छत्रपती शिवाजी महाराजांनी सागरी लढायांच्या रणनीतींवर विशेष लक्ष केंद्रित केले. त्यांनी गनिमीकावा वापरून शत्रूंचा पराभव केला. छत्रपती शिवाजी महाराजांच्या या नौदल व्यवस्थापनामुळे मराठा साम्राज्याने समुद्रावर आपले वर्चस्व प्रस्थापित केले आणि त्यांच्या राज्याच्या संरक्षणात महत्त्वाची भूमिका बजावली.

समुद्र किनाऱ्याकडे महाराजांनी दुर्लक्ष केले नाही. सिंधुदुर्ग, विजयदुर्ग, सुवर्णदुर्ग असे किल्ले बांधले कोळी, भंडारी यासारख्या पश्चिम किनारपट्टीवरच्या जातींचा आरमारात समावेश केला. पोर्तुगीज आणि डच

वसाहतवादी सैन्याचा मुकाबला करण्यासाठी आणि जंजिऱ्याच्या सिद्दींवर अंकुश ठेवण्यासाठी मजबूत नौदल आवश्यक होते.

शिवाजी राजांनी मराठा नौदलाची स्थापना केली आणि या नौदलाला आव्हान देण्यास सक्षम युद्धनौकांनी सुसज्ज केले. त्यांच्या ताफ्यात विविध प्रकारच्या जहाजांचा समावेश होता.

गलबत, गुराव, शीबाड, तरांडी, तारु, माचवा यासारखी जहाजे बांधली. आरमार उभारणीसाठी पोर्तुगीज तंत्राचा वापर केला.

शिवाजी राजांनी आपल्या नौदलाचे नेतृत्व करण्यासाठी कुशल आणि निष्ठावान सेनापतींची नियुक्ती केली. कान्होजी आंग्रे सारख्या सरदारांनी महत्त्वपूर्ण भूमिका बजावली, त्यांनी शिवाजीच्या नौदल धोरणाचा वारसा त्यांच्या राज्यकाळानंतरही चालू ठेवला आणि मराठा नौदलच्या या कार्यामध्ये महत्त्वपूर्ण भूमिका बजावली. त्यांनी कोकण किनारपट्टीवर नौदल तळ विकसित केले.

सिंधुदुर्ग आणि विजयदुर्ग सारखे किल्ले शत्रूच्या वेढाला तोंड देण्यासाठी आणि त्याच्या जहाजांना सुरक्षित बंदर देण्यासाठी कुशलतेने बांधले गेले. सिंधुदुर्ग किल्ला, विशेषतः अरबी समुद्रातील एका बेटावर वसलेला तटबंदीचा एक चमत्कार आहे. पश्चिमेंकडील समुद्रात भगवा झेंडा असलेली जहाजे दिमाखात वावरत होती. अशाप्रकारे सिद्दी, इंग्रज, पोर्तुगीज, डच व फ्रेंच यांच्यावर वचक ठेवला.

पोर्तुगीज पत्र व्यवहारातून असं दिसून येत कि आरमार उभारायला प्रथम दर्शिनी शिवरायांना पोर्तुगीजांनीच मदत केली होती. १६६४ मध्ये चौल च्या कॅप्टन च्या पत्रामध्ये हि शिवरायांचे आरमारी सामर्थ्य वाढल्याचा उल्लेख सापडतो. १६६७ मध्ये इतकं सामर्थ्य वाढलं कि पोर्तुगीज गव्हर्नर एक पत्रात म्हणतो, शिवाजीचे आरमार आता भीतीदायक वाटते.

सुरवातीला आम्ही दुर्लक्ष केल्यामुळे शिवाजीने आरमार तर बांधलेच पण समुद्री किल्लेदुखील बांधले.

जहाजबांधणी

संत ज्ञानेश्वरांनी ज्ञानेश्वरी मध्ये लिहून ठेवलय, प्रत्येक कार्याची सुरुवात ही मनापासून होते. मनामध्ये प्रथम संकल्पाचा जन्म होतो. ते मन नंतर आपला संकल्प बुद्धीला कळवते. नंतर बुद्धी इंद्रियांना कर्माचा रास्ता दाखवते आणि त्या रस्त्याने जीव कर्माच्या मागे लागतो. अगदी त्याच प्रमाणे कोणताही उद्योगधंदा चालू करायचा म्हणलं कि आधी त्याची संकल्पना मनात निर्माण झाली पाहिजे. स्वताच्या सामर्थ्यावर विश्वास ठेवून वागणे हेच शौर्य आहे.

छत्रपती शिवाजी महाराज हे भारतीय नौदलाचे संयोजक होते. ते प्रमुख आशियाई शासक होते ज्यांनी संरक्षणासाठी सागरी शक्ती शोधली. छत्रपती शिवाजी महाराजांनी भारताच्या पश्चिमेकडील भागामध्ये आपल्या सागरी सामर्थ्यामुळे अरबी महासागरावर आपले आकर्षक व्यवस्थापनाचे मॉडेल उभे केले. त्यांनी महासागराद्वारे भारतासोबतच्या आंतरराष्ट्रीय समस्यांवर नियंत्रण ठेवण्यासाठी सागरी किल्ले बांधले आणि पश्चिमेकडील महासागरावरील त्याच्या प्रतिबंधात्मक पायाभूत सुविधांसाठी सागरी किल्ल्यांचा वापर केला.

स्थानिक लोकांच्या मदतीने, त्या क्षेत्रातील तज्ञांची नियुक्ती करून, छत्रपती शिवाजी महाराजांनी स्वतःची जहाजे तयार करण्यास सुरुवात केली. त्यांनी लाकूड कच्चा माल म्हणून घेतला आणि नौदल बनवले, आणि त्या क्षेत्रात मक्तेदारी निर्माण केली.

जहाजबांधणी हे व्यवस्थापन क्षेत्रात स्टार्टअप म्हणून गृहीत धरले जाऊ शकते.

छत्रपती शिवाजी महाराजांनी तानाजी मालुसरे, येसाजी कंक, बाजी पासलकर आणि आणखी काही साथीदार एकत्र केले होते. त्यांनी त्यांच्या स्वराज्याची संकल्पना स्पष्ट केली आणि या विशाल उपक्रमात सर्वजण त्यांच्यासोबत गेले. राज्याच्या समस्यांच्या स्थितीची काळजी घेण्यासाठी

अष्टप्रधान (मंत्रिमंडळाची संकल्पना) हा राज्याच्या महान अधिकृत उपक्रमांसाठी राजाने आणलेला आणखी एक नवीन बदल होता.

व्यवसाय

शिकणे हे सातत्याने विकास आणि यशाच्या केंद्रस्थानी असते. छत्रपतींचे जीवन हे एक उदाहरण आहे की, एक शासक म्हणून त्याच्या संपूर्ण काळात, काही कार्यपद्धतींच्या सादरीकरणात त्यांनी महत्त्वाची भूमिका बजावली, गनिमी रणनीती आणि कर संकलनात बदल करण्यासाठी जवळच्या अनुभवाच्या लढाया आणि सरावावर देखरेख करण्यासाठी वाजवी धोरण सादर करणे. तसेच परिवर्तनवादी नेतृत्व आणि कल्याण ही उद्योजकतेच्या सिद्धीसाठी महत्त्वाची बाब बनते. त्यांनी व्यक्ती किंवा प्रतिनिधींमार्फत सामुदायिक दृष्टिकोनातून दृष्टी, ध्येय आणि ध्येय यांची मांडणी जोमाने केली.

छत्रपती शिवाजी महाराजांनी स्वराज्याची संकल्पना मांडली आणि आपण इतिहासाच्या काही पद्धतींचा स्टार्टअप म्हणून विचार करू शकतो. छत्रपती शिवाजी महाराजांच्या अस्तित्वात अनेकवेळा आर्थिक संकटे निर्माण झाली.

स्वराज्य चळवळीने ८ वर्षांच्या आणीबाणीला तोंड दिले. अशी असंख्य आव्हाने आली, असे असंख्य मुद्दे आले. हे अगदी स्पष्टपणे आढळले आहे की प्रथम व्यवसाय सुरू करण्यासाठी, प्रथम एखाद्याला स्वप्न पाहणे आवश्यक आहे, त्यासाठी एक विलक्षण दृष्टी हवी.

जीवनाच्या कोणत्याही क्षेत्रात विजय मिळवणे आवश्यक आहे, छत्रपती शिवाजी महाराज यांच्या प्रमाणे, कोणताही व्यवसाय सुरू करताना, प्रथम आपल्या व्यवसायाला अडचणीत आणणाऱ्या समस्यांची चौकशी करा.

छत्रपती शिवाजी महाराज त्यांच्या स्वतःच्या राज्याच्या संकल्पनेतून एक सरळ संदेश देतात की इतर लोकांच्या अधिकाराखाली काम करून कोणीही श्रीमंत होऊ शकत नाही आणि व्यवसायाशिवाय संधी नाही आणि अशा संधीशिवाय संपत्ती नाही.

स्वामी विवेकानंद म्हणतात, कोणतीही कृती श्रेष्ठच, पण आधी विचार जन्म घेतात, मग कृती ! त्यामुळे आपला मेंदू उच्च विचारांनी भरून टाका. उत्तुंग आदर्श रात्रंदिवस आपल्या डोळ्यांसमोर तरळू द्या. आणि मग पाहा, महान कार्ये कशी प्रत्यक्षात येतात ते !

याच विचारांना अनुसरून सुरुवात करण्यासाठी, तुमची जवळची बाजारपेठ जिंका, त्या क्षेत्रात चांगली सुरुवात करा आणि त्यानंतर जगभरातील बाजारपेठेत प्रवेश करा आणि तुमचा पद्धतशीर दृष्टिकोन वाढवा. तुमचा व्यवसाय हा स्थानिक लोकं ते जगभरात आवडला पाहिजे.

केन्द्रीय राज्यकारभाराची विविध कार्यांची विभागणी अठरा कारखाने व बारा महालातुन केलेली होती. स्वतंत्र अधिकारी व हिशोब ठेवणारे कारकुन नेमलेले होते. प्रांतीय प्रशासन व्यवस्थेत पारदर्शकता आणण्यासाठी स्वराज्याचे चार सरसुभे पाडले होते. त्यावरच्या प्रमुखास सरसुभेदार म्हणत होते. सरसुभ्याचे प्रांत किंवा सुभा, यावरील प्रमुखास सुभेदार म्हणत होते. सुभ्याचे परगणा, यावरील प्रमुखास सर हवालदार असे म्हणत. परगण्याचे महाल,या वरील प्रमुखास हवालदार असे म्हणत. शेवटच खेडे, याचा कारभार पाटिल, कुलकर्णी, महाजन या स्थानिक अधिकाऱ्यांकडून पाहिल्या जात असे. अशाप्रकारे प्रांतीय प्रशासन व्यवस्थेचे विभाग पाडले होते.

नुकतीच लोकांच्या परिचयास आलेली Surgical Strike ही संकल्पना देखील शिवरायांकडूनच घेतलेली आहे. किल्ल्यांची डागडुजी वा नवनिर्मिती अशी केली की ते जिंकावयास फार कठीण. त्यांच्या लष्करी आणि प्रशासकीय कामगिरीच्या पलीकडे जाऊन, छत्रपती शिवाजी महाराजांचे व्यक्तिमत्त्व त्यांच्या नम्रतेबद्दल, स्त्रियांबद्दल आदर आणि त्यांच्या लोकांच्या कल्याणासाठी त्यांच्या कायम वचनबद्धतेबद्दल आदर व्यक्त करते. त्यांचे शौर्य, विविध धर्मांबद्दल आदर आणि उपेक्षितांप्रती असलेली सहानुभूती ही त्यांची न्यायी आणि समृद्ध समाजाची दृष्टी दर्शवते.

शिवाजी राजांनी नौदलावर भर दिल्याने मराठ्यांच्या भविष्यातील सागरी प्रयत्नांची पायाभरणी झाली. त्यांच्या प्रयत्नांमुळे भारतीय उपखंडातील पहिल्या स्वदेशी नौदल दलाचा उदय झाला, ज्याने पाण्यावरील विदेशी वर्चस्वाला आव्हान दिले.

आपल्या दूरदृष्टीमुळे आणि नौदल शक्तीच्या समर्पणाने, शिवाजी महाराजांनी केवळ मराठा साम्राज्यच मजबूत केले नाही तर भारतातील नौदल युद्धाच्या इतिहासावर अमिट छाप सोडली. मजबूत नौदल दलाच्या स्थापनेतील त्यांच्या अग्रगण्य पावलांनी पुढील पिढ्यांना प्रेरणा दिली.

• • •

॥ हर हर महादेव ॥
॥ जय जिजाऊ जय शिवराय जय शंभुराजे ॥

नेतृत्व कौशल्य आणि मराठ्यांचे एकत्रीकरण

व्यवस्थापनाच्या भाषेत म्हणलं तर नेतृत्व म्हणजे लोकांना त्यांची सामूहिक दिशा अधोरेखित करण्यासाठी, धोरणात्मक योजना अंमलात आणण्यासाठी आणि आपल्या संस्थेचे सतत नूतनीकरण करण्यात मदत करण्यासाठी वापरल्या जाणाऱ्या आचरणांचा एक संच आहे. शिवरायांचं नेतृत्व कसं होत हे तर सगळ्या जगालाच माहिती आहे, त्यावर लोक PhD सुद्धा करत आहेत. त्यावरच थोडासा प्रकाश टाकायचा प्रयत्न केलाय. त्यांच्या आयुष्यातील प्रत्येक लढाई मध्ये आणि स्वराज्य निर्मितीमध्ये महाराजांचे नेतृत्व गुण कसे होते हे दिसून येत. याच नेतृत्वाच्या बळावर त्यांनी मावळातले, सह्याद्रीतले अठरा पगड जाती जमातींचे लोक एकत्रित आणले.

३५० वर्ष झाले असले तरी आजच्या या युगात नेतृत्व गुणांचं एक उत्तम उदाहरण म्हणजे छत्रपती शिवाजी महाराजंचं.

प्रभावी नेतृत्वामध्ये विविध गुण आणि कौशल्यांचा समावेश असतो. प्रभावी नेत्यांना माहित आहे की एका विशिष्ट परिस्थितीत जे कार्य होत ते प्रत्येक वेळी कार्य होईलच असे नाही. येथे त्यातीलच काही प्रमुख नेतृत्व गुण दिलेले आहेत.

- Integrity
- Empathy
- Decision Making
- Accountability
- Vision
- Patience
- Adaptablity
- Self-Confidence
- Micro-Thinking

Integrity (नैतिकता)

स्वराज्य हे प्रामाणिकतेच्या आधारावर उभं होत. नैतिकता, नीतिमत्ता हे स्वराज्याचे मूळ विचार होते. राजा हा नेहमी चारित्र्यवान असावा असं म्हणलं जात, शिवराय त्याहूनही अधिक श्रेष्ठ होते. आपल्या मावळ्यांप्रती आणि स्वराज्य साठी ते अखंड नैतिकतेत होते. शेतकऱ्यांच्या भाजीच्या देठाला हि हात लावू नका असं म्हणणारे देखील शिवछत्रपतींच होते.

Empathy (सहानुभूती)

शिवरायांना त्यांच्या मावळ्यांबद्दल आपुलकी होती. त्यांच्यावर ते सख्ख्या भावाप्रमाणे प्रेम करायचे. सुभेदार तान्हाजी मालुसरे असतील, येसाजी कंक असतील किंवा कोंडाजी फर्जंद असतील किंवा त्यांचे मेव्हणे सरसेनापती हंबीरराव मोहिते असतील सगळ्यांना एकच वागणूक दिली. सर्व अष्टप्रधान मंडळासोबत देखील ते आदराने वागायचे.

कोणी काही चांगली कामगिरी केली असेल तर त्यांचा योग्य तो सत्कार करून महाराज सन्मानित करायचे. हि आपुलकी क्वचितच दुसऱ्या राजांमध्ये दिसते.

Decision-Making (निर्णय घेणे)

कोणत्याही लीडर चा महत्वाचा गुण म्हणजे त्याची निर्णय क्षमता. शिवरायांची निर्णय क्षमता खूपच कौतुकास्पद होती. कोणाला कोणतं काम द्यायचं हे त्यांनी चोखपणे केलं. अष्टप्रधान मंडळाची योग्य ती नेमणूक केली. पन्हाळा घ्यायला कोंडाजी फर्जंद ला पाठवणे असेल किंवा बहादूरखानाची मस्ती जिरवायला हंबीरराव मोहिते यांना पाठवणे असेल, त्यांनी घेतलेले निर्णय योग्यच ठरले.

शाहिस्तेखानावर केलेला हल्ला देखील त्यांच्या निर्णय क्षमतेविषयी बरेच काही सांगून जातो. याच निर्णय घेण्याच्या जोरावर त्यांनी गनिमी काव्याचा योग्य तो वापर केला.

Accountability (जबाबदारी)

अफझल खानाचा प्रसंग असो किंवा शाहिस्तेखानाची फजिती असो महाराज स्वतः त्याठिकाणी उभे राहिले होते. स्वराज्याची जबाबदारी त्यांनी स्वतःकडे घेतली होती.

बाकी राजांसारख मागे बसून सैन्याला पुढे पाठवणारे शिवराय नव्हते. त्यांनी धोका ओळखून त्या त्या प्रसंगी स्वतःचा जीव धोक्यात घातला होता. इंग्रजी मध्ये याला आपण Leading from the front असे म्हणतो.

Vision (दृष्टी)

महाराजांची दूरदृष्टी तर सर्वश्रुत आहे. शून्यातून विश्व निर्माण करावं असं त्यांनी स्वराज्य निर्माण केलं. तेवढंच नाही तर ते वाढवले देखील. काबुल

ते बंगाल पर्यंत साम्राज्य असणाऱ्या बादशाह च्या मनात देखील कधी विचार आला नाही कि आपण सागरी किनारे बघितले पाहिजेत. तेच शिवरायांनी हेरलं, आरमार हेच भविष्य आहे हे जाणून त्यांनी भारतातील प्रथम आरमार उभारलं.

आपल्या नंतर मराठ्यांना सागरी दुर्ग उपयुक्त ठरतील हे जाणून त्यांनी जलदुर्ग बांधले. एका राज्यकर्त्यांची नेतृत्व क्षमता कशी असावी हे राजांनी दाखवून दिल.

Patience (संयम)

महाराजांकडे संयम खूप होता. कोणत्याही लीडर कडे हा गुण असणं फार महत्त्वाचं असतं.

ज्यावेळी सिद्दी ने पन्हाळ्याला वेढा दिला तो प्रसंग घ्या किंवा आग्र्याला गेल्यावर त्यांना केलेली नजरकैद असो, या दोन्ही प्रसंगामध्ये राजांची संयमी वृत्ती दिसून येते. अफझल खान जावळीच्या जंगलात येईपर्यंत महाराजांनी त्याची वाट पाहिली.

प्रत्येक गोष्टींमध्ये संयम असणं गरजेचं असतं, जर मनावर ताबा नसेल तर त्या राजाचा काहीही उपयोग नसतो. हा गुण हि शिवरायांमध्ये होताच. कोणताही मनुष्य ३-३ महिने जेव्हा एखाद्या संकटात सापडतो तेव्हा त्याच्या जवळ संयम असणं हेच त्या संकटाना उत्तर असतं.

Adaptability (अनुकूलता)

राजा जयसिंग जेव्हा चाल करून आला तेव्हा शिवरायांकडे मर्यादित सैनिक होत, त्यांना माहिती होत कि आज जर हे लोक राहिले नाहीत तर आपलं स्वराज्य कधीच उभा राहू शकणार नाही. परिस्थितीशी जुळवून घ्यायला हवं असं मनाशी घट्ट करून मिर्झा राजा सोबत पुरंदर चा तह केला.

हा प्रसंग हे दाखवून देतो कि राजे कशा पद्धतीने सर्व गोष्टी हाताळत होते. गनिमी काव्याचा वापर करून नेहमीच त्यांनी परिस्तिथीनुसार वागण्याचा प्रयत्न केला आहे हे शिवचरित्रातून दिसून येत.

Self-Confidence (आत्मविश्वास)

आत्मविश्वास हा गुण फक्त कोणत्या नेतृत्व शैलीतच नसून तर तो प्रत्येक मनुष्याच्या अंगी असावा. याच गुणांच्या जोरावर प्रत्येक गोष्ट पूर्णत्त्वास नेता येते. शिवरायांकडेही याची कमी नव्हती. जेव्हा पुरंदरचा तह झाला, तेव्हा २३ किल्ले मुघलांना देण्यात आले. पण महाराजांकडे असलेल्या आत्मविश्वासाची त्यावेळी त्यांना मदत झाली असावी, त्यांना विश्वास होता स्वतःवर, स्वतःच्या मनगटावर, की आज जरी २३ किल्ले गमावले असले तरी याच्यापेक्षा जास्तीत जास्त किल्ले मी परत मिळवेल.

छत्रपती शिवाजी महाराज यांनी ३५० पेक्षा जास्त किल्ले घेतल्याची नोंद शिवचरित्रात आढळते. १६६५ ला २३ किल्ले गमावून सुद्धा १६८० पर्यंत म्हणजेच पुढील फक्त १५ वर्षात त्यांनी ३५० पेक्षा जास्त किल्ले स्वराज्यात आणून दाखवले.

महाराज नेहमी म्हणायचे कि हे किल्लेच आपल्या मराठ्यांची ताकद आहे, एक किल्ला घ्यायला मुघलांना २-२ वर्ष लागले तर स्वराज्याचे ३५० किल्ले ते कधीच घेऊ शकणार नाहीत.

यातूनच आपल्याला प्रेरणा मिळते, सर्व काही संपलंय असं जेव्हा वाटतं तेव्हा शिवरायांना आठवून बघा.

Micro - Thinking (सूक्ष्म विचार)

राजाच लक्ष आपल्या प्रजेकडे कशाप्रकारे असावे हे शिवरायांकडून शिकावे. आजच्या या कलियुगात हा गुण सापडणं अशक्यच आहे.

एखाद्या पित्याप्रमाणे शिवराय रयतेला सांभाळायचे. त्यांनी दिलेल्या पत्रात ते रयतेला उद्देशून म्हणतात कि सायंकाळी दिव्याची वात विझवून झोपा.

एक राजा असं का बर सांगत असेल?

रात्रीच्या समयी दिव्याची वात जर तशीच तेवती राहिली आणि घरातील लोक झोपी गेले तर त्या दिव्याकडे लक्ष द्यायला कोणी नसेल. रात्रीचे घूस, उंदीर हे प्राणी वाती कुरतडू शकतात आणि त्याने कौलारू घरांना आगीचा धोका होऊ शकतो हे राजे जाणत होते.

बलात्कार सर्वथा न करावा असं म्हणून झाड तोडताना त्याच्या मालकाला पहिल विचारा असं त्यांच्या सैनिकांना सांगतात आणि त्याचा उल्लेख त्यांच्या आज्ञापत्रात करतात.

रयतेबद्दल इतका सूक्ष्म विचार कोणी करेल का? म्हणूनच शिवरायांना जाणता राजा म्हणतात.

Tuckmans five stage Group development model

व्यवस्थापनशास्त्रामधे वेगवेगळे मॉडेल्स किंवा सिद्धांत मांडलेले आहेत, त्यातीलच एक महत्वाचा म्हणजे गट कसे बनले जातात यावर आहे.

Tuckmans five stage Group development model अनेक देशांमध्ये शिकवला जातो. महाराष्ट्रासह देशातील अनेक राज्यातही हा सिद्धांत शिकवला जातो. हा सिद्धांत MBA च्या अभ्यासक्रमामध्ये मानवी संसाधन व्यवस्थापनामध्ये म्हणजेच Human Resource Management मध्ये शिकवला जातो.

आपल्या सर्वांना माहिती आहे की अनोळखी लोकं जर अचानक सोबत आले तरी सहजपणे गट तयार होत नाहीत; त्यांच्या उत्क्रांतीच्या प्रक्रियेत ते ठरलेल्या अनुक्रमातून जातात. हा गट विकासाचे पाच स्टेप्सचा मॉडेल

म्हणून ओळखला जातो. हे मॉडेल ॲडम टकमिन यांनी प्रस्तावित केले होते. शिवरायांचे एक सरदार कोंडाजी फर्जंद यांनी हा सिद्धांत पन्हाळ्याच्या मोहिमेवर कसा वापरला ते बघा.

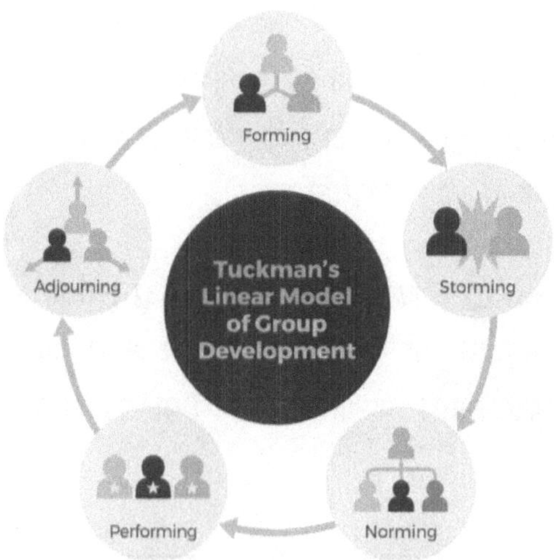

थोडक्यात, त्या पाच टप्प्यांची पुढे चर्चा केली आहे,

१. Forming
२. Storming
३. Norming
४. Performing
५. Adjourning

१. Forming (निर्मिती): कोणताही गट विकसित करण्याचा हा पहिला टप्पा आहे. लोक भेटतात आणि संघ तयार होतो आणि संधी आणि आव्हानांबद्दल शिकतो, नंतर ध्येयांवर एकमेकांशी सहमत होतो आणि कार्य हाताळण्यास सुरुवात करतो. याला ग्रुप निर्मिती Forming असे म्हणतात.

२. Storming (संघर्ष): हा गंभीर टप्पा यशस्वी संघाच्या निर्मितीसाठी आवश्यक आहे. या टप्प्यात, गट स्वत: ला ध्येयाशी एकनिष्ठ करतो आणि एकमेकांचा विश्वास संपादन करतो. अनेक मतांमुळे या टप्प्यामध्ये संघर्ष निर्माण होतो.

३. Norming (एकसंधपणा): व्यक्तिमत्वातील संघर्ष आणि संघर्षांमुळे अधिक जवळीक आणि सहकार्याची भावना निर्माण होते. गट एकसंधता दाखवतो, एकमेकांशी सहकार्याने वागतो.

४. Performing (कार्यप्रदर्शन): गट सदस्य एका सामान्य ध्येयावर लक्ष केंद्रित करतात आणि ध्येय गाठण्यासाठी कठोर परिश्रम करतात. संघ सदस्य स्वायत्त आणि कोणतीही परिस्थिती हाताळण्यास सक्षम असू शकतात.

५. Adjourning (स्थगित करणे): विकासाचा शेवटचा टप्पा म्हणजे स्थगित करणे. ध्येय साध्य झाल्यानंतर संघ वेगवेगळे होतात. पुढे जाण्याच्या सोबतच एकत्रित असलेल्या कडू-गोड भावना गटामध्ये येत राहतात, कारण संघ सदस्य गटाच्या कार्याची समाप्ती करण्याच्या तयारीत असतात.

तर अशा पद्धतीने ५ गट तयार होतात

भारतीय इतिहासात काही न सांगितल्या जाणाऱ्या कथा आहेत. ॲडम टकमनच्या मॉडेलचा शोध लागण्यापूर्वी हे पाच टप्प्याचे मॉडेल लागू केले गेले आहे.

१६७३ मध्ये छत्रपती शिवाजी महाराजांनी पन्हाळा किल्ला जिंकण्यासाठी कोंडाजी फर्जंद नावाच्या मराठा सरदाराची नेमणूक केली. येथे मुद्दा असा आहे की कोंडाजी फर्जंदने किल्ला जिंकण्यासाठी अधिक

सैन्याऐवजी फक्त ६० योद्धे घेऊन जाण्याचा निर्णय घेतला. त्यांनी किल्ल्याच्या पायथ्याशी २४० घोडेस्वार ठेवले होते, कारण त्यांना माहित होत की तेथे शत्रूंचे १५०० हून अधिक पायदळ होते. त्यांनी गटविकासाचे पाच-टप्प्याचे मॉडेल कसे अंमलात आणले यावर आपण विश्लेषण करू. ते फक्त ६० योद्धांसोबत जाण्याचा निर्णय घेतात.

कोंडाजी यांनी कार्याच्या अंमलबजावणीसाठी एक गट कसा विकसित केला ते पहा.

कोंडाजी फर्जंद यांनी हे सर्व ६० योद्धे महाराष्ट्राच्या विविध भागातून गोळा केले. ते सर्व धनुर्धारी, गोळाफेक करणारे आणि तलवारबाज यांचे एकत्रीकरण होते. त्यापैकी काही एकमेकांना अनोळखी होते. या टप्प्यावर त्यांना एकमेकांची वागणूक कळू लागते. (Forming)

आधी सांगितल्याप्रमाणे, ते वेगवेगळ्या क्षेत्रातील होते आणि त्यातील प्रत्येक त्या विशिष्ट क्षेत्रात सर्वोत्तम होता. त्यांना त्यांच्यात काही संघर्षांचा अनुभव येतो कारण त्यांच्यापैकी प्रत्येकाला असे वाटते की मी धनुर्विद्येत किंवा गोळाफेकमध्ये किंवा तलवारीत सर्वोत्तम आहे. ते समूह अस्तित्वावर सहमत होते परंतु ते त्यांच्या व्यक्तिमत्त्वावर लादलेल्या मर्यादांना विरोध करत होते (Storming)

त्यांच्या वेगवेगळ्या व्यक्तिमत्त्वातील संघर्ष आणि संघर्षांमुळे, काही प्रमाणात सहकार्याची भावना निर्माण होते. त्यांनी अंतिम यशाची गरज ओळखली. ते एकमेकांशी सहयोग करतात आणि मित्र बनतात. लक्ष्य साध्य करण्यासाठी त्यांनी आपला अहंकार बाजूला ठेवला. (Norming)

तलवारधारी, धनुर्धारी आणि गोळाफेक करणाऱ्यासह ६० योद्धे एकमेकांना चांगले ओळखतात. सर्वात महत्त्वाची गोष्ट, कोंडाजी फर्जंद कोणावर निर्णय लादत नव्हते, ते फक्त आपल्या संघसहकाऱ्यांसोबत सहभागी होते आणि सर्व निर्णय संघातील सदस्यांनी घेतले होते. त्या रात्री,

ते सर्व ६० योद्धे शत्रूच्या पायदळाचा पराभव करण्यासाठी एकत्रितपणे हल्ला करतात आणि त्यांच्या सर्वोत्तम युद्धनीती आणि शौर्याने किल्ला जिंकतात. (Performing)

स्वराज्यासाठी किल्ला जिंकल्यानंतर, ६० योद्ध्यांमधील सर्व सदस्यांनी ते कार्य अभिमानाने पूर्ण केल्यामुळे ते विखुरले आणि वेगळे झाले. त्यातले काही, ते नातं तोडायला तयार नव्हते, ते मैत्री आणि आठवणी कायम जपून ठेवनार होते. (Adjourning)

या परिस्थितीत ६० योद्ध्यांनी जे केले ते समूह विकासाचे उत्तम उदाहरण आहे. ते त्यांचे लक्ष्य अद्वितीय आणि परिपूर्ण मार्गाने साध्य करतात.

छत्रपती शिवाजी महाराजांकडून शिकणे म्हणजे केवळ त्यांचे लष्करी पराक्रम नव्हे तर न्याय आणि समृद्ध समाजासाठी त्यांची दृष्टी समजून घेणे. त्यांचे नेतृत्व, शासन आणि सांस्कृतिक अभिमानाची तत्त्वे पुढील पिढ्यांना प्रेरणा देत आहेत.

• • •

‖ हर हर महादेव ‖
‖ जय जिजाऊ जय शिवराय जय शंभुराजे ‖

व्यवस्थापन आणि SWOTT विश्लेषण

व्यवस्थापन म्हणलं कि त्याच्यासोबत खूप गोष्टी आल्या. ३५० वर्षांपूर्वी काय व्यवस्थापन असेल आणि त्यासाठी काय काय कौशल्य लागत असेल हे खरंच विचार करण्यासारखं आहे. शिवराय हे एक महान योद्धे होते, तसेच कुशल प्रशासक देखील होते.

महाराजांचं व्यवस्थापन म्हणजे आजही आपल्याला पडलेलं एक कोडंच आहे. म्हणूनच त्यांना आज व्यवस्थापनाचा गुरु म्हणून संबोधलं जात. त्यांनी कुठे हि जाऊन कोणती पदवी घेतली नाही, तरी देखील त्यांच्या प्रचंड कर्तृत्वाच्या जोरावर त्यांनी व्यवस्थापन क्षेत्रातदेखील एक वेगळं स्थान निर्माण केलंय. छत्रपती शिवाजी महाराजांनी त्यांच्या राज्यकारभारात उत्कृष्ट व्यवस्थापनाच्या तत्त्वांचा अवलंब केला होता. आपल्या साम्राज्याच्या संरचनेच्या आणि मराठी मुलुखाच्या सुरक्षिततेच्या मार्गाने मार्गदर्शन करून ते पूर्णत्वास नेले होते.

छत्रपती शिवाजी महाराजांचा भारताच्या इतिहासावर आणि संस्कृतीवर कायमचा प्रभाव राहिला आहे. शासन, सामाजिक सुधारणा आणि लष्करी नवकल्पनांबाबत त्यांचा तत्त्वनिष्ठ दृष्टीकोन भविष्यातील नेत्यांसाठी एक आदर्श ठेवतो. आपल्या प्रजेच्या कल्याणावर त्यांचा भर आणि न्यायप्रती त्यांची बांधिलकी न्याय्य समाज निर्माण करू पाहणाच्या नेत्यांना प्रेरणा देत राहते. शिवाजी महाराजांचे व्यवस्थापन तत्त्व आजच्या व्यवस्थापन तत्त्वज्ञांना देखील प्रेरणा देऊ शकते. त्यांचे व्यवस्थापन कौशल्य पुढीलप्रमाणे होते.

- सैन्य व्यवस्थापन
- किल्ले व सुरक्षा व्यवस्थापन
- प्रशासकीय व्यवस्थापन
- आर्थिक व्यवस्थापन
- नौदल व्यवस्थापन
- सामाजिक व्यवस्थापन
- विरोधकांशी सामना करण्याची रणनीती

सैन्य व्यवस्थापन:

शिवाजी महाराजांनी एक अत्यंत शिस्तबद्ध आणि चपळ सैन्य उभे केले. त्यांनी गनिमी कावा (गुरिल्ला युद्धतंत्र) वापरून मुघल साम्राज्याला तोंड दिले. सरसेनापती हंबीरराव मोहिते हे अष्टप्रधान मंडळात होते. ते सैन्य व्यवस्थापनाचे प्रमुख होते.

किल्ले व सुरक्षा व्यवस्थापन:

त्यांनी अनेक किल्ले बांधले आणि त्यांच्या सुरक्षेसाठी उत्कृष्ट व्यवस्थापन केले. प्रत्येक किल्ल्यावर योग्य संख्या व प्रकाराचे सैन्य ठेवले. रायगड, कोंढाणा (सिंहगड) आणि पुरंदर यांसारख्या किल्ल्यांवर पुन्हा ताबा मिळवून त्यांचा पराक्रम अनाकलनीय आहे.

प्रशासकीय व्यवस्थापन:

शिवाजी महाराजांनी सक्षम आणि प्रामाणिक अधिकाऱ्यांची नेमणूक केली. त्यांनी आपल्या अधिकाऱ्यांना योग्य अधिकार दिले, पण त्याचबरोबर त्यांच्या कामगिरीची तपासणी देखील केली. धर्म, अर्थकारण, राजकारण, न्याय इत्यादी कामासाठी वेगवेगळ्या अधिकाऱ्यांची नेमणूक केली. अष्टप्रधान मंडळाची स्थापना करून प्रशासकीय यंत्रणा सक्षम बनवली.

आर्थिक व्यवस्थापन:

शिवाजी महाराजांनी स्वतंत्रतेच्या मूल सिद्धांतावर आधारित आपल्या आर्थिक प्रणाली तयार केली. त्यांनी कर व्यवस्थापनात सुधारणा केली आणि प्रजा करांमध्ये रयतेला दिलासा दिला.

नौदल व्यवस्थापन:

शिवाजी महाराजांनी भारतीय इतिहासात प्रथम नौदलाची स्थापना केली. सर्व शत्रूंवर मात करून त्यांनी आरमार स्थापन केले. त्यांनी समुद्रमार्गांनी व्यापार व सुरक्षेसाठी नौदलाचा प्रभावी वापर केला. याचमुळे त्यांना 'Father of Indian Navy' असं म्हणलं जात.

सामाजिक व्यवस्थापन:

शिवाजी महाराजांनी समाजातील सर्व स्तरांना एकत्र आणले आणि त्यांना सामूहिक प्रयत्नात गुंतवले. अठरा पगड जातीतल्या लोकांना एकत्र करून त्यांनी मराठा सैनिक तयार केले. जाती जातीमध्ये कधीच भेद केला नाही.

विरोधकांशी सामना करण्याची रणनीती:

त्यांनी आपल्या विरोधकांना तात्काळ पराभूत करण्याऐवजी, त्यांच्या कमजोरपणाचा फायदा घेतला आणि वेळोवेळी त्यांच्याशी मैत्रीपूर्ण संबंध

देखील प्रस्थापित केले. विरोधकांना त्यांनी कधीच संधी दिली नाही. महाराज नेहमीच सावध असायचे. सह्याद्रीचा फायदा घेऊन गनिमी कावा वापरून त्यांनी विरोधकांना चांगलंच जेरीस आणलं होत.

14 Principles of Management

एम. बी. ए. चा अभ्यास करताना व्यवस्थापनाचे बरेचसे सिद्धांत डोळ्याखालून गेले. त्यामध्ये फ्रेंच विचारवंत हेत्री फयाल यांनी त्यात व्यवस्थापनाची १४ तत्वे मांडलेली आहेत. बारीक विचार करताना असं लक्षात आलं की, ही चौदा तत्त्व यांनी लिहिण्यापूर्वी कितीतरी अगोदर छत्रपती शिवरायांनी आपल्या स्वराज्याच्या व्यवस्थापनात वापरलेली आहेत. त्यात कोणत्याही प्रकारची तुलना केलेली नाहीये, ३५० वर्षांपूर्वी शिवरायांनी हि १४ तत्व वापरली होती. कशी ते आपण पुढे पाहूया.

फयालची ती चौदा तत्वं स्वराज्याच्या व्यवस्थापनामध्ये कशाप्रकारे अंतर्भूत होती त्यावर प्रकाश टाकण्याचा हा प्रयत्न.

1. Division of Work
2. Authority and Responsibility
3. Discipline
4. Unity of Command
5. Unity of Direction
6. Collective Interest Over Individual Interest
7. Remuneration of Personnel
8. Centralization
9. Scalar Chain
10. Order
11. equity
12. Stability of Tenure of Personnel
13. Initiative
14. Esprit de Corps

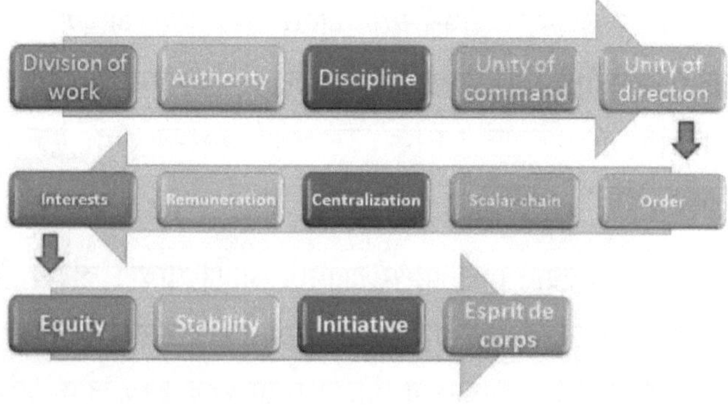

Division of Work:

कोणतेही कार्य एकट्याच्या जिवावर उभे राहू शकत नाही. त्यासाठी एका तत्त्वावर श्रद्धा असलेल्या मजबूत संघटनेची आवश्यकता असते. त्या संघटनेच्या प्रत्येकावर ठराविक कार्याचा भार सोपवून कार्याची विभागणी करणे आवश्यक असते. छत्रपतींनी स्वराज्याच्या कार्याची ही विभागणी अशा प्रकारे केली होती.

अष्टप्रधान मंडळ हा त्याचा पुरावा. प्रत्येकाला कार्य सोपवून देणे हा फयालने मांडलेला सिद्धांत ३५० वर्षांपूर्वी शिवरायांनी प्रत्यक्षात आणला होता.

Authority and Responsibility:

प्रसंगी कितीही वरिष्ठ अधिकारी असला तरी त्याला माफी नव्हती. प्रतापराव गुजरांनी बहलोल खानाला सोडलं तेव्हा शिवराय म्हणतात,

"प्रतापराव, त्या खानाशी सलाह काय निम्मित केला. हुकूम होता की, खानास धरावा अथवा मारावा. तरीही तुम्ही त्यास सोडलं. खानास गर्दीस मिळवल्याशिवाय आम्हाला तोंड दाखवू नका." यावरून अधिकार आणि जबाबदारीचं उदाहरण दिसून येत.

Discipline:

शिवरायांच्या शिस्ती विषयीच्या अनंत कहाण्या आपण ऐकल्या असतील. शिस्तीशिवाय एवढ्या प्रतिकूल काळामध्ये साडेतीनशे किल्ल्यांचा विस्तार असणारं स्वराज्य उभं करणं अशक्य होतं. एक छोटसं उदाहरण नजरेसमोर आणा.

पन्हाळ्याच्या वेढ्यातून बाजीप्रभू देशपांडे आणि पाचशे बांदल सैनिक घेऊन शिवराय निसटले. इतक्या शिस्तीने महाराजांचं सगळं नियोजन होत की लाल महालामध्ये १ लाखाच्या फौजेत फक्त १००-११० लोक आक्रमण करून महाराजांनी तितक्या कमी वेळेत तिथून सर्वांना सुखरूप बाहेर काढलं.

Unity of Command:

हा खरं तर आजच्या सत्ताधार्‍यांसाठी खूप महत्त्वाचा धडा आहे. आमच्याकडे दररोज नियम बदलतात. सामान्य रयतेच्या लक्षात येईपर्यंत नियम बदलेला असतो. छत्रपतींच्या स्वराज्यमध्ये तसं नव्हतं.

रयतेच्या भाजीच्या देठालाही हात लावू नका, कोणावर अन्याय होऊ देऊ नका हा आदेश संपूर्ण स्वराज्यामध्ये तितक्याच गंभीरपणे पाळला जाणारा होता. अष्टप्रधान मंडळ जरी असले तरी सर्वस्वी सगळे निर्णय घेण्याचे अधिकार महाराजांकडेच होते. शिवराय जो आदेश देतील तोच अटळ होता. त्यात कोणताही बदल नव्हता.

Unity of Direction:

पन्हाळा घेताना शिवरायांनी कोंडाजीला विचारलं, किती गडी पाहिजेत? कोंडाजी म्हणालं, "फक्त साठ." सर्वांना या योजनेमध्ये गफलत दिसली. तरीही शिवरायांनी कोंडाजीच्या योजनेमध्ये ढवळाढवळ केली

नाही. परिणामी, दुसऱ्याच दिवशी पन्हाळ्याच्या बुरुजावर स्वराज्याचा भगवा फडकला होता.

सरसेनापती हंबीरराव मोहित्यांनी देखील बहादूर खानाला अशीच शिकस्त दिली. स्वराज्याच्या प्रत्येक मोहिमेला एक दिशा होती.

Collective Interest Over Individual Interest:

स्वराज्याच्या हितासाठी मरायचं अथवा मारायचं, हा तर समस्त मावळ्यांचा अखंड ध्यास. छत्रपती म्हणून मरता येत असेल तर मी हजारदा मरायला तयार आहे असं म्हणणारा शिवा काशिद, लाख मेले तरी चालतील परंतु लाखांचा पोशिंदा जगला पाहिजे असं म्हणणारे बाजीप्रभू देशपांडे, अरे आम्ही शिवाजी महाराजांची माणसं, जीव देऊ पण इमान नाही, असं म्हणणारा मुरारबाजी देशपांडे.

ही सगळी याच तत्त्वाने भारलेली माणसं होती. नाहीतर आधी लगीन कोंढाण्याचं मग रायबाचं हा विचार तानाजीने केलाच नसता.

स्वराज्य आणि स्वराज्याचं हित बघणं हे प्रत्येक मराठी माणसाचं आद्यकर्तव्य होतं. तो भाव त्यांच्या अंतकरणात शिवरायांनी रुजवला होता.

Remuneration of Personnel:

योग्य कामाचा योग्य मोबदला देणारा मध्ययुगीन भारतातला पहिला राजा म्हणजे छत्रपती शिवराय. ठरलेल्या दिवशी रोख स्वरूपात पगार करणारा भारतातला पहिला राजा. सैनिकांना स्वतः पेक्षाही जास्त आपल्या राजावर विश्वास होता.

माझ्या पाठीमागे माझ्या घरादाराची काळजी घेणारा माझा राजा आहे याची जाणीव प्रत्येक सैनिकाला होती त्यामुळे कुठलेही जिवावरचे संकट छातीवर घ्यायला प्रत्येक मावळा निधड्या छातीने तयार होता.

चांगल्या कामाचं बक्षीस छत्रपती मला नक्की देतील हा विश्वास प्रत्येक नागरिकांच्या मनात होता, प्रत्येक कर्मचाऱ्यांच्या मनात होता. त्याच्या अनंत आख्यायिका आपल्याला पदोपदी मिळतात.

कोंडाजी फर्जंद यांना तर मोहिमेच्या आधीच शिवरायांनी सोन्याचं कड घालून सन्मानित केलं होत.

Centralization:

निर्णय प्रक्रियेचं मध्यवर्ती केंद्र हे छत्रपती होते. एकदा निर्णय झाला की त्याची प्राणपणाने अंमलबजावणी करणं एवढेच बाकीच्या अधिकाऱ्यांच्या हाती होतं. याचा अर्थ असा नव्हता की निर्णय हे एकटे छत्रपती स्वतःच्या मनाप्रमाणे घेत असत.

ज्या गोष्टी विषयीचा निर्णय घ्यायचा त्या गोष्टीशी संबंधित सर्व अधिकारी व्यक्तींची मतं विचारात घेतल्यानंतर निर्णय घेतला जाई. एकदा का निर्णय घेतला मग मात्र त्यामध्ये फेरफार करण्याचा अधिकार कोणालाही नसेल.

स्वतः छत्रपतीलाही नाही.

Scalar Chain:

जी जबाबदारी जो व्यक्ती पेलू शकतो ती जबाबदारी त्याच व्यक्तीच्या खांद्यावर सोपवलेली दिसते. त्यामध्ये कोठेही चूक झाल्याचे आपल्या लक्षात येत नाही.

कोंढाणा घेण्यासाठी योग्य व्यक्ती तानाजीच आहे. सिद्दीला शिवबाच्या रूपात भेटायला जाण्यासाठी योग्य शिवा काशिदच आहे. घोडखिंडीमध्ये शत्रूला थांबवण्यासाठी बाजीप्रभू देशपांडेच योग्य होते.

गुप्तहेर खातं सांभाळायला योग्य बहिर्जी नाईकच आहेत. प्रत्येक व्यक्ती प्रत्येक जबाबदारी पाळण्यासाठी अत्यंत योग्य आहे. त्याच प्रमाणे किल्ल्यावरील कारखान्यांची व्यवस्था योग्य व्यक्तीच्या हातातच असे.

Equity:

शेतीसाठी मिळणारं पीक कर्ज असेल, शेतसाऱ्यामध्ये मिळणारी माफी असेल, देवस्थानांची व्यवस्था असेल यामध्ये कुठल्याही प्रकारचा धर्मभेद, जातीभेद पाळला जात नसे. कुठल्याही प्रकारचा भेदभाव रहित राज्यकारभार हे स्वराज्याचे सर्वांत महत्वाचं लक्षण होतं. राजा हा रयतेचा पिता असतो. पिता लेकरांमध्ये भेदभाव करत नाही, हे तत्व स्वराज्यामध्ये तंतोतंत पाळलं जाई.

अठरा पगड जातीतले लोक एकत्र करून स्वराज्याचे मराठा मावळे शिवरायांनी तयार केले होते.

Stability of Tenure of Personnel:

जोपर्यंत व्यक्तीची गुणवत्ता, क्षमता योग्य आहे तोपर्यंत ती व्यक्ती अधिकार पदावर असेल. कुठल्याही पदाचं स्वातंत्र्य जपायचं असेल तर त्याला कार्यकाळाची शाश्वती देणं हे व्यवस्थापनाच्या दृष्टीने अत्यंत आवश्यक असतं. हे तत्त्व स्वराज्यामध्ये प्रत्येक क्षेत्रात पाळलं गेलेलं आहे. फक्त गुणवत्ता हा एकमेव निकष असे. गुणवत्ता असेल तर स्वराज्यात त्याचा योग्य तो सन्मान केला जात असे.

Initiative:

एखाद्याने नवीन शस्त्र शोधून काढलं, एखाद्याने नवीन तंत्र शोधून काढलं तर त्याचं कौतुक करणं. त्याला बक्षीस देणं. यामुळे नवनवीन संशोधनाला चालना मिळे. त्याचा अंतिम फायदा हा सर्वांनाच होत असे. शिवरायांनी स्वराज्यामध्ये सर्जनशील लोकांचं कायम स्वागत आणि कौतुक

केलेलं आहे. यामध्ये कवी भूषण पासून कवी कुलेश यांच्यापर्यंत सर्वांचा समावेश होतो.

तलवार घडवणाऱ्या लोहारापासून तर रायगड बांधणाऱ्या हिरोजी इंदुलकरांपर्यंत प्रत्येकाच्या प्रतिभेला मुक्त वाव स्वराज्यामध्ये होता.

Esprit de Corps:

प्राण गेला तरी बेहत्तर पण मी तत्वाने वागणं सोडणार नाही. अशा प्रकारचे संस्कार स्वराज्यातील प्रत्येक व्यक्तीवर होते. त्यामुळेच हिंदवी स्वराज्य हे फक्त रयतेच राज्य नव्हतं, तर ते नीतिचं राज्य होतं, न्यायाचं राज्य होतं, तत्वांचं राज्य होतं.

SWOTT विश्लेषण

व्यवस्थापन म्हणलं कि SWOTT आलंच, त्याचं सविस्तर आकलन शिवरायांना डोळ्यासमोर ठेवून केलेलं आहे.

SWOTT विश्लेषण हे एक धोरणात्मक नियोजन आणि धोरणात्मक व्यवस्थापन तंत्र आहे ज्याचा उपयोग व्यक्ती किंवा एखाद्या संस्थेला व्यवसाय स्पर्धा किंवा प्रकल्प नियोजनाशी संबंधित सामर्थ्य, कमकुवतपणा, संधी आणि धोके ओळखण्यात मदत करण्यासाठी केला जातो.

याला कधीकधी परिस्थितीजन्य मूल्यांकन किंवा परिस्थितीजन्य विश्लेषण असे देखील म्हणतात.

- Strength
- Weakness
- Opportunity
- Threats
- Target

Strength (सामर्थ्य)

राजांनी त्यांचं सामर्थ्य ओळखलं, हा सह्याद्री आणि गनिमी कावा हेच आपले सामर्थ्य हे त्यांनी जाणलं.

सह्याद्रीला जर गनिमी काव्याची साथ मिळाली तर ते शत्रूला अधिकच धोकादायक ठरू शकत असं त्यांचं मत होत. त्यातील काही मुद्दे पुढे दिल्याप्रमाणे.

१. लष्करी रणनीतीकार:

शिवाजी महाराज हे त्यांच्या लष्करी कौशल्य आणि गनिमी काव्याच्या कौशल्यांसाठी ओळखले जात होते, ज्यामुळे त्यांना मराठा साम्राज्याची स्थापना आणि विस्तार करण्यात मदत झाली. इतक्या प्रखर पणे गनिमी कावा वापरला कि शत्रूच्या मनात धास्ती भरली होती.

२. नेतृत्व कौशल्ये:

शिवाजी महाराज त्यांच्या अनुयायांमध्ये निष्ठा आणि समर्पणाला प्रेरित करण्यास सक्षम होते, जे एक मजबूत साम्राज्य निर्माण करण्यासाठी महत्त्वपूर्ण होते.

Leading from the front, ही वृत्ती त्यांच्या अंगी होती.

३. नवोपक्रम:

शिवाजी महाराजांनी नाविन्यपूर्ण लष्करी डावपेच आणि प्रशासकीय सुधारणा लागू केल्या, ज्यामुळे त्यांना त्यांच्या समकालीन लोकांपासून वेगळे केले.

इतर लोकांपेक्षा त्यांनी नेहमी वेगळा विचार केला होता. शिवाजी महाराजांनी नवीन लष्करी धोरणे आणि तंत्रे शोधून काढली.

४. भौगोलिक ज्ञान:

शिवाजी महाराजांना या प्रदेशातील भूभाग आणि भूगोलाची सखोल माहिती होती, ज्यामुळे त्यांना त्यांच्या लष्करी मोहिमांमध्ये मदत झाली.

सह्याद्रीमधेच त्यांचं बालपण गेले असल्याने त्यांना महाराष्ट्रातील सर्व प्रदेशांची खडा अन खडा माहिती होती.

Weakness (कमकुवतपणा)

चौलच्या राजा नंतर भारतात कोणत्याही हिंदू राजाच आरमार दिसत नाही. सातव्या शतकापासून ते थेट सतराव्या शतकाचा हा तब्बल एक हजार वर्षांचा प्रवास. डच, इंग्रज, पोर्तुगीज, मुघल यांची समुद्रात आरमार दिसत होती, पण मग आपलं का नाही असा प्रश्न त्यांना पडलेला होता. त्यांनी लगेच या कमकुवतपणाला सामर्थ्यामध्ये कसे बदलता येईल याचा विचार राजांनी केला. सामर्थ्य असं बनवलं कि त्यांना आज Father of Indian navy म्हणलं जात.

१. मर्यादित संसाधने:

शिवाजी महाराजांना अनेकदा संसाधनांच्या अडचणींचा सामना करावा लागला, ज्यामुळे काहीवेळा त्याच्या लष्करी मोहिमा आणि साम्राज्य उभारणीच्या प्रयत्नांमध्ये अडथळा निर्माण झाला. शत्रूच्या संख्याबळापेक्षा स्वराज्याच सैन्य तुलनेने कमी होते.

२. विरोध:

त्यांना मुघल, आदिलशाही, निजामशाही आणि परकीय आक्रमण कर्त्यांकडून (डच, पोर्तुगीज, इंग्रज, सिद्दी) शक्तींकडून तीव्र विरोधाचा सामना करावा लागला, ज्यामुळे त्यांच्या महत्त्वाकांक्षेला आव्हान निर्माण झाले.

Opportunity (संधी)

अफझलखानाचा प्रसंग आठवा. साक्षात बादशाह औरंगझेबाला तो शेहजादा असताना दख्खन मध्ये कोंडीत पकडणारा हा अफझलखान, त्याला महाराजांनी एका क्षणात मारला.

ही ग्वाही पूर्ण हिंदुस्थानात पसरली होती. अफझलखान आला हे संकट होत, परंतु महाराजांनी त्यातली संधी शोधली.

आग्रा भेटीचं ही तसेच, ती आपल्यासाठी एक मोठी संधी आहे हा विचार करून महाराजांनी त्या संधीच सोन केलं. नजरकैदेत असताना देखील स्वतःची सुटका करून घेतली.

बाकी इतर गोष्टींमध्ये ही त्यांच्याकडे संधी होत्या त्या पुढीलप्रमाणे

१. विस्तार:

शिवाजी राजांच्या प्रत्येक विजयांमुळे मराठा साम्राज्याच्या पुढील विस्तार आणि एकत्रीकरणाच्या संधी उपलब्ध झाल्या. मराठा साम्राज्याच्या उदय झाल्यामुळे एका सार्वभौम राज्याची सगळ्यांच्या मनी एक आस निर्माण झाली होती.

दक्षिण दिग्विजय केल्यामुळे त्यांचं साम्राज्य दक्षिणेकडे जिंजीपर्यंत पोहचून त्यांना अजून विस्ताराच्या संधी निर्माण झाल्या होत्या.

२. युती:

इतर प्रादेशिक शक्तींसोबत युती केल्याने त्यांची स्थिती मजबूत करण्यासाठी संधी उपलब्ध होऊ शकली असती. तसे त्यांनी प्रयत्न देखील केले होते.

जहाज बांधणीच्या वेळी पोर्तुगीजांची मदत घेतली आणि नेहमीच समाजामध्ये शांतता आणि सलोखा स्थापन करण्याच्या उद्देशाने युती करण्याचा त्यांच्याकडे पर्याय होता.

३. व्यापार आणि अर्थव्यवस्था:

शिवाजी राजांनी व्यापार आणि व्यापाराला चालना देण्यावर लक्ष केंद्रित केल्यामुळे साम्राज्यासाठी नवीन आर्थिक संधी खुल्या झाल्या असत्या.

आरमार उभारणी केल्यामुळे सागरी केंद्रांना अनन्य साधारण महत्त्व प्राप्त झाले होते.

Threats (भीती)

तंजावर जवळील जिंजी किल्ला त्यांनी भविष्यातील सुरक्षेच्या दृष्टीने घेतला. त्यांना माहित होत कि एक ना एक दिवस हा औरंगझेब दख्खनेत स्वराज्यावर आक्रमण करायला येईल. त्यामुळे स्वराज्याला झुंजण्यासाठी एक बॅकअप असायला हवा. हा धोका त्यांनी तेव्हाच ओळखला.

१. बाह्य धोके:

मुघल साम्राज्य आणि इतर प्रादेशिक शक्तींकडून सततच्या धोक्यांमुळे मराठा साम्राज्याच्या स्थिरतेसाठी आणि सुरक्षिततेसाठी एक महत्त्वपूर्ण आव्हान निर्माण झाले होते.

२. अंतर्गत असंतोष:

अंतर्गत संघर्ष आणि श्रेष्ठी आणि प्रादेशिक नेत्यांमधील मतभेद यामुळे साम्राज्याच्या ऐक्याला धोका निर्माण होऊ शकत होता.

शिवाजी राजांच्या मृत्यूनंतर मराठा साम्राज्यात उत्तराधिकार आणि अंतर्गत सत्ता संघर्षाशी संबंधित आव्हाने होती.

Target (ध्येय)

स्वराज्य: महाराजांनी आधीच ध्येय ठरवलं होत ते म्हणजे स्वराज्य. स्वतःच नव्हे, तर या गरीब शेतकरी, कष्टकरी रयतेचं राज्य.

घरातली बाई, गोठ्यातली गाई आणि अंगणातली तुळस शाबुत राहिली तरच हे स्वराज्य. वयाच्या १४ व्या रायरेश्वराच्या पठारावर या ध्येयासाठीच त्यांनी शपथ घेतली होती.

शेवटी, छत्रपती शिवाजी महाराजांची बलस्थाने त्यांचे दूरदर्शी नेतृत्व, तेज, नाविन्यपूर्ण प्रशासन आणि सामाजिक सुधारणांशी बांधिलकी यामध्ये आहेत. त्यांच्या कमकुवतपणात मर्यादित संसाधने आणि युती बनवण्याची आव्हाने समाविष्ट होती.

संधींमध्ये किल्ले पुन्हा ताब्यात घेणे आणि आर्थिक विकास यांचा समावेश होतो, तर मुघल आणि प्रादेशिक शक्तींकडून धोके, बाह्य समर्थनाचा अभाव आणि अंतर्गत विरोध यांचा समावेश होता.

या आव्हानांना न जुमानता राष्ट्रीय प्रतिक आणि शौर्य, नेतृत्व आणि राष्ट्र उभारणीचे प्रतीक म्हणून शिवाजी महाराजांचा वारसा आजही मजबूत आहे.

गनिमी कावा

मराठ्यांच्या या युद्धतंत्राची प्रेरणा घेऊन हिंदुस्थानात १८५७ चा उठाव झाला जगातील ४२ गुलाम राष्ट्रांना स्वातंत्र्य मिळविण्याची प्रेरणा आणि ताकद या शिवतंत्राने दिली.

शिवतंत्राचा उपयोग करून जी राष्ट्रे स्वतंत्र झाली त्यामध्ये क्युबा, व्हिएतनाम, जर्मनी, जपान अगदी शेजारील बांगलादेशही आहे.

व्हिएतनामचे गुरिल्ला वार, जर्मनीची ब्लीढ क्रिग, जपानची छापामारी, माओत्सोतुंगचा स्वातंत्र्य लढा ही सर्व शिवछत्रपतींची गनिमी काव्याची आधुनिक रूपे. म्हणून खऱ्या अर्थाने मराठ्यांचे युद्धतंत्र जागतिक कीर्तीचे आहे.

धूर्तपणा, कपट, कावेबाजपणा अशा प्रकारचे लाक्षणिक अर्थ 'कावा' या शब्दाला प्राप्त झालेले आहेत.

महाराष्ट्र शब्दकोशात कावा या शब्दाचा वाच्यार्थ प्रथम देण्यात आला आहे तो असा,

"घोड्याची रग जिरविण्यासाठी त्या घ्यावयास लावलेले फेरे, मंडले, घिरटी, फेर, घोडा भरधाव पळत असता त्याला वाटेल तसा वळविणे, फिरविणे, मंडळाकार आणणे, पुढे मागे भरधाव सोडणे".

गनीम म्हणजे शत्रू आणि कावा म्हणजे डावपेच. म्हणजे शब्दावरून याचा सरळ अर्थ हा कि गनिमी कावा म्हणजे शत्रूसाठीचे डावपेच. शत्रूवर विजय मिळवण्यासाठी केलेल्या कारवाया म्हणजे गनिमी कावा.

शिवरायांचे शत्रू शिवरायांच्या आक्रमक युद्धतंत्राला गनिमी कावा असे म्हणले आहे. शत्रूचे सैन्य संख्येने जास्त आहे, त्यांची युद्ध सामग्री आपल्यापेक्षा जास्त आहे. अशा परिस्थितीत शत्रूला हरवलं तर पाहिजेच आणि त्यातून आपला विजय होऊन शत्रूचे जास्तीत जास्त नुकसान व्हावं यासाठीच गनिमी कावा या युद्ध तंत्राचा वापर केला जातो.

शत्रूला बिकट ठिकाणी हेरून पूर्ण ताकदीने हल्ला चढविणे, त्यामुळे सैन्यदल कमी असल्यावरही महाराजांनी मोठ मोठ्या फौजांचा पराभव केला. शत्रूच्या तुलनेत महाराजांचे सैन्य नगण्यच होते. तरीही त्यांनी अनेक नेत्रदीपक विजय मिळविले.

तोफखाना, हत्ती असे अवजड व संथ घटक त्यांच्या सैन्यात नसे. त्यामुळे वेगवान हालचाली करणे सहज शक्य असे. गनिमी काव्याचा उत्कृष्ट वापर महाराजांनी केला.

स्वराज्याचे संस्थापक म्हणून छत्रपती शिवाजी महाराजांचा गौरव आणि त्यांच्या अद्वितीय कर्तृत्वामुळे ते आजही महाराष्ट्राच्या प्रत्येक कानाकोपऱ्यात आदराने आठवले जातात. छत्रपती शिवाजी महाराजांचा मराठा साम्राज्याचा विस्तार, त्यांच्या रणनीति, अचूक युद्धकौशल्य, आणि त्यांनी अंगीकृत केलेल्या नैतिक मूल्यांमुळे ते भारतीय इतिहासात अमर झाले आहेत.

• • •

॥ हर हर महादेव ॥
॥ जय जिजाऊ जय शिवराय जय शंभुराजे ॥

आर्थिक धोरण

राज्य चालवायचं असेल तर आर्थिक दृष्ट्या ते बळकट असायला हवं हे शिवरायांनी जाणलं होत. आपलं आर्थिक चांगलं असेल तर आपण काहीही करू शकतो आणि आपल्याकडे त्याची कमी असेल तर स्वराज्याची घडी नीट बसणार नाही हेही शिवरायांनी जाणले होते.

सुखस्य मूलं धर्म: । धर्मस्य मूलं अर्थ: ।
अर्थस्य मूलं राज्य । राज्य मूलं इन्द्रियजय: ।

पैसे असतील तरच आपण सर्वकाही करू शकतो, कारण कोणत्याही उद्योगधंदयाला प्रथमतः भांडवल लागत. पुरेसे भांडवल नसेल तर आपण त्या व्यवसायात जाऊ शकत नाही. म्हणूनच वरील ओवीला अनुसरून शिवरायांनी हि आर्थिक स्थितीला महत्व दिल.

शिवप्रभूंचे आर्थिक धोरण आणि नेतृत्व कौशल्य हे देखील व्यवस्थापन क्षेत्राला एका नवीन उंचिवर नेवून ठेवतं. छत्रपती शिवाजी महाराज यांच्या अर्थव्यवस्थेवर विचार करतांना, त्यांच्या काळातील आर्थिक धोरणे आणि

व्यवस्थापन पद्धतींचा अभ्यास करणे महत्त्वाचे आहे. छत्रपती शिवाजी महाराजांचे आर्थिक धोरण मराठा साम्राज्याच्या संरचनेच्या आणि विकासाच्या महत्वपूर्ण घटकांपैकी एक आहे. स्वराज्याचा पाय भक्कम करताना त्यांनी अर्थव्यवस्थेवर लक्ष दिले.

शिवाजी महाराजांचे आर्थिक धोरण म्हणजे त्यांच्या राज्याच्या प्रशासनातील आर्थिक बाबतीत त्यांनी घेतलेल्या निर्णयांची आणि धोरणांची चर्चा आहे. त्यांनी आपल्या साम्राज्याच्या आर्थिक व्यवस्थेची सुरुवात केली, विविध क्षेत्रांतील विकास केला, आणि आर्थिक सुरक्षा आणि आर्थिक स्वतंत्रतेचे मार्ग सुरु केले.

राज्याचा कोषागार जर संपन्न व भरलेला असेल तर त्या राज्याची प्रगती निश्चितच होते. राज्याची व रयतेची आर्थिक स्थिती सुधारते. लढाईमध्ये गनिमाचा हस्तगत केलेला सर्व मुद्देमाल कोषागारात जमा करणे हा मराठी फौजांचा शिरस्ता होता आणि म्हणुनच शिवकालीन मराठा हा प्रगतीवर होता.

राज्याचे कोषागार नेहमी श्रीमंत असावे म्हणुन प्रजेचा आर्थिक छळ न करता योग्य व माफक सारा भरती आणि कर वसुली झाली पाहिजे, अशी सक्त ताकीद महाराजांनी चिटणीसांना दिली होती.

शिवाजी महाराजांनी स्वतंत्रतेच्या मूल सिद्धांतावर आधारित आपल्या आर्थिक प्रणाली तयार केली. त्यांच्या साम्राज्याच्या क्षेत्रातील अर्थव्यवस्थेच्या आधारावर त्यांनी आत्मनिर्भरतेचे आणि स्वतंत्रतेचे मूल आणि महत्वपूर्ण ठरवले.

शिवाजी महाराजांचे हे आर्थिक धोरण त्यांच्या राज्याच्या समृद्धीचे आणि शाश्वततेचे मुख्य कारण होते. छत्रपती शिवाजी महाराजांनी आर्थिक सुबत्तेसाठी उद्योगांवर जितका भर दिला, तितका इतर शासनकर्त्यांनी दिला

नाही. त्यांनी संरक्षणाच्या क्षेत्रात सुधारणा केली आणि आर्थिक सुरक्षा सुनिश्चित केली. पुण्याच्या विकासासाठी त्यांनी सुधारणा केली.

पुण्याच्या समृद्धीसाठी केंद्रीय व्यापाराची स्थापना केली आणि पुण्याच्या विकासातील कामाची संरचना तयार केली. त्यांनी कला, शिल्प, आणि संस्कृतीच्या क्षेत्रात सुधारणा केली. त्यांच्या काळात कलाकृतींच्या प्रोत्साहनाने विविध कलाकृतींचा विकास झाला. त्यांनी सामाजिक सुधारणा, महिलांच्या हक्कांची संरक्षणे, आणि शिक्षणाच्या क्षेत्रात सुधारणा केली. तसेच स्वतंत्रतेच्या मूल सिद्धांतांचा पालन केले आणि स्वतंत्रतेच्या मार्गावरच आपल्या साम्राज्याची आर्थिक प्रणाली तयार केली.

१. राजसूय आणि महसूल व्यवस्था

- शिवाजी महाराजांनी कमी करांचा आधार घेतला आणि नवे महसूल धोरण आखले. त्यांनी जमीन आणि शेतीवर आधारित महसूल व्यवस्था निर्माण केली जी प्रभावी होती.
- 'चौथ' आणि 'सरदेशमुखी' या करांच्या माध्यमातून त्यांनी निधी गोळा केला.

२. नाणेनिधी निर्माण आणि व्यवस्थापन

- शिवाजी महाराजांनी स्वतःचे स्वतंत्र नाणेनिधी व्यवस्थितरित्या स्थापिले.
- 'होन' हे नाणे त्यांनी स्वराज्य कामात आणले. या त्यांच्या नाण्याचे महत्व होते.

३. जमीन व्यवस्थापन

- त्यांनी जमीन मोजणी आणि बंदोबस्त (सेटलमेंट) प्रणाली लागू केली.

- यामुळे शेतकऱ्यांची स्थिती सुधारली आणि उत्पादनशक्ती वाढली.

४. प्रशासनिक सुधारणापद्धत

- दर्यावृष्टीसाठी स्वतंत्र निधी व कारभार व्यवस्था स्थापन केली.
- ते विविध प्रांतांमध्ये योग्य आर्थिक निर्णय घेत होते ज्यामुळे राज्याची आर्थिक परिस्थिति सुधारली.

छत्रपती शिवाजी महाराजांनी कृषी आणि संपदा विकासाच्या क्षेत्रात सुधारणा केली. त्यांनी बांधकामांसाठी प्रोत्साहन दिले, ज्यामुळे आत्मनिर्भरतेच्या आधारे जमिनी उपलब्ध होण्याची संधी मिळाली.

त्यांनी उद्योग, शिल्प, आणि मावळ्यांच्या कामगिरीच्या क्षेत्रातील सुधारणा केली. त्यांच्या काळात उद्योगिक क्षेत्रात नवीन उद्योग तयार केले आणि रोजगार स्थापन केला.

छत्रपती शिवरायांनी व्यापार आणि व्यवसाय संवर्धनाच्या क्षेत्रात सुधारणा केली. त्यांनी समुद्री मार्गिने व्यापाराचे प्रोत्साहन दिले आणि व्यापारिक संबंध स्थापन केले. त्यांनी रयतेचे कल्याण, व्यापाराची वाढ, आणि आर्थिक स्वावलंबन यावर विशेष भर दिला.

त्यांच्या आर्थिक धोरणातील काही मुख्य मूलभूत घटकांमध्ये खाली दिलेल्या घटकांचा समावेश होतो.

१. जमाबंदी प्रणाली
२. चौथ आणि सरदेशमुखी
३. व्यापार आणि उद्योग
४. रोखी आणि धान्याची सुरक्षितता
५. खजिना आणि नाणी

जमाबंदी प्रणाली

छत्रपती शिवाजी महाराजांनी जमाबंदी प्रणाली लागू केली, ज्यामुळे जमिनीचे योग्य मोजमाप करून कर वसूल केला जात असे. यामुळे शेतकऱ्यांवर अनावश्यक भार येत नव्हता.

चौथ आणि सरदेशमुखी

आपल्या साम्राज्याच्या विस्तारासाठी शिवाजी महाराजांनी चौथ आणि सरदेशमुखी ही कर प्रणाली आणली.

चौथ हा कर शत्रूच्या प्रदेशातून घेतला जात असे, तर सरदेशमुखी हा कर त्यांच्या संरक्षणाखाली असलेल्या प्रदेशातून घेतला जात असे.

व्यापार आणि उद्योग

शिवाजी महाराजांनी व्यापार आणि उद्योग वाढवण्यासाठी विशेष उपाययोजना केल्या.

बंदरे आणि व्यापार केंद्रे यांचे महत्त्व ओळखून त्यांनी त्यांचे विकास आणि सुरक्षा यावर भर दिला.

व्यापारांना संरक्षण व प्रोत्साहन देऊन त्यांनी आंतरराज्य व्यापारी संबंध प्रस्थापित केले. त्यांनी बंदरांचे आणि जलमार्गांचे महत्त्व जाणून नवे बंदर उभारण्यास आणि जलमार्गाच्या संरक्षणासाठी नौदळस्थाने तयार केले.

रोखी आणि धान्याची सुरक्षितता

त्यांनी रोखी आणि धान्याच्या साठवणुकीसाठी किल्ल्यांचे बांधकाम केले, ज्यामुळे आपत्कालीन परिस्थितीत साठा उपलब्ध असत.

किल्ले बांधणी, त्याची डागडुजी करणे, युद्धात लागणाऱ्या गोष्टी विकत घेणे यावर बराच खर्च केला जांत असे.

खजिना आणि नाणी

छत्रपती शिवाजी महाराजांनी स्वतःचे नाणी चलनात आणले आणि खजिन्याची सुरक्षा सुनिश्चित केली. यामुळे त्यांच्या राज्यातील आर्थिक स्थिरता वाढली. राज्याभिषेक समयी त्यांनी शिवराई नावाचे चलन सुरु केले होते.

भरभराट होत असलेल्या सागरी अर्थव्यवस्थेची क्षमता ओळखून शिवाजी राजांनी व्यापारी जहाजांचे रक्षण करणे आणि पश्चिम किनारपट्टीवरील व्यापारी मार्ग सुरक्षित करणे याला प्राधान्य दिले. यामुळे मराठा साम्राज्याची आर्थिक स्थिती तर वाढलीच पण त्याचा प्रभाव आणि इतर व्यापारी केंद्रांशी संवादही वाढला. उत्पन्नाचा जास्तीत जास्त खर्च हा लष्करावर केला जात असे.

कृषी अर्थकारण

कृषी हे राज्याच्या अर्थव्यवस्थेतील मुख्य आधारस्तंभ होते. शिवाजी महाराजांनी कृषी उत्पादनाला प्रोत्साहन देण्यासाठी अनेक उपाययोजना केल्या, जसे की सिंचन व्यवस्था सुधारणा, आणि शेतकऱ्यांना न्याय देण्याचे आश्वासन. न्याय्य आणि पारदर्शक करप्रणाली सुनिश्चित करण्यासाठी शिवाजी महाराजांनी अनेक महसूल आणि जमीन सुधारणा लागू केल्या. आपल्या लष्करी आणि प्रशासकीय खर्चासाठी त्यांनी चौथ आणि सरदेशमुखी कर लागू केले.

चौथ हा जमिनीतून मिळणाऱ्या महसुलावर २५ टक्के कर होता. त्या तुलनेत सरदेशमुखी हा सामरिक महत्त्व असलेल्या प्रदेशांवर अतिरिक्त १० टक्के कर आकारला जात होता. हे कर कुशलतेने गोळा केले गेले परंतु जाचकपणे नाही, जेणेकरून शेतकरी आणि जमीन मालकांना आराम मिळेल.

गरीब शेतकऱ्यांना नांगर, बैल, बी-बियाणं देण्यात यावं असं शिवरायांनी अधिकाऱ्यांना सांगितले होते. ज्या वर्षी दुष्काळ असेल त्यावर्षी सर्व शेतसारा माफ केला जाई. शेती हा स्वराज्यातील रयतेचा मुख्य उद्योग. म्हणून शेतकी तंत्रज्ञान विकसित व्हावे या हेतुने महाराजांनी शेतीची पाहणी करुन तिची मोजणी करुन घेतली. जमिनीच्या प्रकारानुसार तिचा सारा ठरवला.

महसुल विभागाला पिकाचे रास्त मोजमाप करुन न्यायोचित करवसुली करावी असा दंडक घालुन दिला होता. मुलुखगिरीवर वचक बसवुन उभ्या पिकांचा नाश करणाऱ्या सैनिकांना जेरबंद करुन शिवाजी महाराजांनी सजा फर्मावली. शेतकऱ्यांप्रमाणेच व्यापारी वर्ग सुद्धा संपन्न असायला हवा म्हणून त्यांनी व्यापारात हि जातीने लक्ष दिले होते.

याव्यतिरिक्त, त्यांनी कृषी उत्पादनाचे अचूक मूल्यांकन करण्यासाठी जमिनीचे सर्वेक्षण केले. पडीक जमिनीच्या विकासाला प्रोत्साहन देण्यासाठी त्यांनी इनाम नावाची जमीन अनुदान प्रणाली सुरू केली. या विशाल जमीन आणि महसूल व्यवस्थापन पद्धतीमुळे मराठा साम्राज्यात आर्थिक वाढ आणि स्थिरता वाढली.

छत्रपती शिवाजी महाराज केवळ एक कुशल योद्धा नव्हते तर ते एक कुशल प्रशासक देखील होते. न्याय, आपल्या लोकांचे कल्याण आणि धार्मिक सहिष्णुतेला चालना देण्यासाठी त्यांनी एक सुसंघटित प्रशासन स्थापन केले.

प्रजा आणि सैनिक, त्यांची पार्श्वभूमी किंवा जात काहीही असो, त्यांना सक्षम बनवण्यात त्यांचा विश्वास होता. त्यांच्या राजवटीत सर्व समुदायांचे कल्याण व्हावे ही त्यांची धोरणे होती. त्यांनी मराठी संस्कृती आणि भाषेच संवर्धन केल.

असंख्य अडथळे आणि आव्हानांना तोंड देऊनही, शिवाजी महाराज सार्वभौम मराठा राज्य स्थापन करण्याच्या त्यांच्या संकल्पनेवर कायम राहिले. परकीय राजवटीविरुद्ध शिवाजी महाराजांचा संघर्ष आणि त्यांच्या लोकांसाठी स्वराज्य स्थापन करण्याचे त्यांचे प्रयत्न स्वातंत्र्य आणि स्वनिर्णयाच्या चळवळींना प्रेरणा देतात.

शिवाजी महाराजांचे आर्थिक धोरण त्यांच्याद्वारे स्थापलेल्या मराठा साम्राज्याच्या आर्थिक आधार स्तंभांपैकी एक होते. त्यांच्या धोरणामुळे महाराष्ट्रातील जनतेची आर्थिक स्थिती सुधारली आणि स्थैर्य आले.

• • •

सुजित नामदेव तांबे

शिवराजाधिराज

जगदंबेचा भक्त होता,
दुश्मनांचा संहारक होता,
जनतेचा राजा होता,
शिवरायांचा जयघोष होता !!!

अखंड लढता लढता, झुंजता झुंजता,
दुश्मनाचा दरारा उडवला,
शिवरायांचा जयघोष सर्वत्र झाला,
मर्द मराठीचा स्वाभिमान जपला !!!

घोड्याच्या टापांनी गाजवले रणांगण,
दुश्मनांचे उरात वाजली रणभेरी,
सुर्याची किरणे थांबतील पण,
शिवरायांची तलवार चमकेल !!!

शिवरायांचा इतिहास अजरामर राहो,
मराठी मातीच्या कणाकणात राहो,
शिवरायांची गाथा नव्या पिढीला सांगू,
शिवरायांचा वारसा अबाधित राखू !!!

हर हर महादेव!

तृतीय चरण
सुराज्य

॥ हर हर महादेव ॥
॥ जय जिजाऊ जय शिवराय जय शंभुराजे ॥

श्रीमंत योगी

शिवकाळातील समकालीन शिवस्तुतीमध्ये समर्थांच्या काही ओव्या प्रत्येक शिवप्रेमींच्या मनाचा नक्कीच ठाव घेतात. इतक्या जबरदस्त विशेषणांनी श्रृंगारलेले हे शब्द अलंकार आहेत. त्यातीलच काही मोजक्या ओव्यांचं विश्लेषण पुढे केलेलं आहे. छत्रपती संभाजी राजांना लिहिलेल्या पत्रामधील या ओव्या आहेत. समर्थ रामदासांनी शिवरायांचं अप्रतिम शब्दांमध्ये वर्णन करताना लिहून ठेवलंय,

शिवरायांचे आठवावे रूप ।

शिवरायांचा आठवावा प्रताप ।

शिवरायांचा आठवावा साक्षेप ।

भूमंडळी ॥१॥

शिवरायांचे कैसें बोलणें ।

शिवरायांचे कैसें चालणें ।

शिवरायांची सलगी देणे ।

कैसी असे ॥२॥

सकल सुखांचा केला त्याग ।
म्हणोनि साधिजें तो योग ।
राज्यसाधनाची लगबग ।
कैसीं केली ।।३।।
शिवरायांसी आठवावें ।
जीवित तृणवत् मानावें ।
इहलोकीं परलोकीं उरावे ।
कीर्तिरूपें ।।४ ।।
निश्चयाचा महामेरू ।
बहुत जनांसी आधारू ।
अखंड स्थितीचा निर्धारु ।
श्रीमंत योगी ।।५ ।।

– समर्थ रामदासस्वामी

शिवरायांचे आठवावे रूप असे ज्यावेळी समर्थ म्हणतात, त्यावेळी रयतेबाबतचे त्यांचे रूप दयाळू पण तेच शत्रूसाठी कठोरपणे निश्चायात्मक आहे. शिवरायांचे बोलणे हे इतर राजा सारखे नव्हते. बोलणे एक आणि चालणे एक अशी भूमिका त्यांची कधीच नव्हती. जे ते बोलायचे ते करून दाखवायचे. थोडक्यात, विचारूनि बोले विवंचूनी चाले अस कार्य करणारे राजे होते. या भूमंडळी शिवरायांचा स्वराज्य स्थापनेचा साक्षेप इतर कोणालाही जमला नाही.

त्यांच्या व्यक्तिमत्त्वाचा सगव्व्यात मोठा पैलू म्हणजे स्त्री - दाक्षिण्य. बालपणापासून स्त्रियांवर होणारे अत्याचार, परकीय आक्रमणे आणि त्यांचा स्त्रियांना होणारा त्रास, प्रत्येक कुटुंबात मिळणारी दुय्यम वागणूक ते पाहत आले होते. आपल्या आईमध्ये असलेले सर्व गुण प्रत्येक स्त्री मध्ये असावे, अस त्यांना नेहमीच वाटत होतं.

आदीकाळापासून आपल्या संस्कृती मधून मिळालेली शिकवण "यत्र नार्यस्तू पुज्यते। रमंते तत्र देवता।।" त्यांच्या अंगी बाणलेली होती. स्त्री फक्त घर चालवणारी व्यक्ती नसून किंवा प्रत्यक्ष घराचे वैभव नसून अनंत काळची माता आहे हे त्यांना माहिती होत.

पुरुषप्रधान संस्कृती मधे जीवन जगणारी स्त्री युगपुरुषाच्या जन्माला कारणीभूत असते, हे देखील त्यांनी जाणल होत म्हणूनच स्त्रियांना ते आदर आणि सन्मान देऊन वागवत होते. त्यांच्या मनातील भाव कल्याणच्या सुभेदाराच्या सुनेच्या बाबतीत प्रगट झालेले आपण सर्व जाणतो, खूप आदराने त्यांनी त्या स्त्रीला वागणूक दिली होती. मातृ देवो भव याचे स्मरण करून राजा हा रक्षक आहे, भक्षक नाही हे त्यांनी त्यांच्या आचरणाने सिद्ध केलेले आहे.

छत्रपती शिवाजी महाराजांना जाणता राजा अस म्हणलं जात. आपल्या जनतेची नस ओळखणारा, त्यांच्या इच्छा आकांक्षा ओळखणारे असे शिवराय होते. सोबत लढणारा प्रत्येक सैनिक आपल्याच कुटुंबातील आहे ही भावना ठेवून एका कुटुंबप्रमुखाप्रमाणे त्यांनी सर्वांना सांभाळून घेतलं.

जो जो निष्ठेने वागणार तो आपला आणि फंदफितुरी करणार तो आपला शत्रू असा रोखठोक त्यांचा व्यवहार होता.

शिवाजी राजांचा निकटवर्ती सहकारी कृष्णाजी अनंत सभासद यांनी असं लिहून ठेवलंय,

"राजा साक्षात केवळ अवतारीच जन्मास येऊन पराक्रम केला. नर्मदेपासून रामेश्वरपर्यंत द्वाही फिरली, देश काबीज केला... नवेच राज्य साधून मराठा पातशहा सिंहासनाधीश छत्रपती जाहला. ये जातीचा कोणी जाहला नाही, पुढे होणार नाही"

निश्चयाचा महामेरू

समर्थांनी या ठिकाणी महामेरू का बरं म्हणलं असावं? हिंदू धर्मामध्ये मेरू पर्वत हा सर्वात उंच आणि पवित्र मानला जातो, तसचं काहीसं शिवरायांचं आहे. त्या उंच अती उंच पर्वता एवढा त्यांनी ही एक निश्चय केला होता. स्वराज्याचा !

हे स्वराज्य साधू संतांच असेल, लेकी बाळीच असेल, कष्टकरी आणि शेतकऱ्यांचं असेल. रयतेच राज्य निर्माण करायचं स्वप्न त्यांनी पाहिलं आणि ते पूर्ण करण्याचा निश्चय देखील केला. इतके दृढ निश्चय करून महाराज पुढे जात होते, महाभारतातील महामहीम भिष्माचा जितका कठोर निश्चय होता तितकाच ताकदीचा शिवप्रभूंचा ही निश्चय झालेला होता.

हे राज्य शंभू महादेवाचं असेल, हे राज्य आई भवानीच असेल, हे राज्य रघुनाथाच असेल असे सर्वांच्या मनी फार होत.

हे राज्य व्हावे ही तर श्रींची इच्छा !!!

बहुत जनांसी आधारू

महाराजांनी त्यांच्या आयुष्यात बऱ्याच लोकांना सहारा दिला, बऱ्याच लोकांचं आयुष्य सुधरवल. रांझाच्या पाटलानी जेव्हा एका गरीब शेतकऱ्याची मुलगी पळवून भोगली तेव्हा महाराजांना फार वाईट वाटल. त्यांनी ताल्काळ आदेश देत त्या पाटलाला पकडून आणायला सांगितलं आणि सगळ्या रयतेसमोर त्याचा चौरंग करायला सांगितला.

चौरंग म्हणजे त्याचे दोन्ही हात आणि दोन्ही पाय कलम केले, इतकी कठोर शिक्षा जेव्हा सगळ्यांसमोर मिळाली तेव्हा सगळ्यांच्या मनात एक विश्वास निर्माण झाला. आपल्याला कोणीतरी वाली आहे, रयतेचा राजा आहे असं लोकांना वाटू लागलं.

बलात्कार करायचा विचार जरी मनात आला तरी महाराजांनी दिलेली शिक्षा लोकांना आठवू लागली. महाराजांचा रयतेला आधार झाला.

युवराज संभाजी राजांचे बालपणीचे शिक्षण तर शिवरायांनी खूपच उत्तम प्रकारे केले. त्यांना वेगवेगळ्या भाषा शिकायला लावल्या, संस्कृत शिकवलं. म्हणूनच शंभूराजांनी संस्कृत मधून ग्रंथ लिहिले.

इतक्या दूर दृष्टीचे होते शिवराय, आपल्या नंतर शंभू राजांना राजकारण शिकता यावं यासाठी वयाच्या फक्त ९ व्या वर्षी त्यांनी शंभू राजांना आपल्या सोबत आग्रा भेटीला नेलं.

अखंड स्थितीचा निर्धारु

अफझल खान भेटीचा प्रसंग होता, थोरल्या राणीसाहेब सईबाई या अंथरुणाला खिळलेल्या होत्या. आजाराने त्या ग्रस्त होत्या, त्यांचा अकाली मृत्यु होईल हे त्यांनाही ठाऊक होत. शिवराय देखील याला अपवाद नव्हते, तरी देखील स्वराज्यात आलेले मोठं संकट थांबवण्यासाठी ते प्रतापगडच्या दिशेनं गेले.

काही दिवसात बातमी आली, महाराज थोरल्या राणी सरकारांचा काळ झाला. शिवाजी राजांना एकप्रकारे धक्काच बसला त्यांनी स्वतः ला सावरलं.

आपण आज थोडा विचार करा, काय वाटल असेल शिवरायांना त्यावेळी?

काय मनस्तिथी झाली असेल त्यांची?

किती कठोर मन बनवलं असेल त्यांनी?

शेवटी शिवराय होते ते.

वयाच्या २९ व्या वर्षी असताना ऐन तारुण्यात जेव्हा बायको कायमची या जीवनाच्या प्रवासात सोडून जाते तेव्हा काय वाटत असेल एका साधारण मनुष्याला.

दुसरा एक असाच प्रसंग म्हणजे आपल्या पुत्राला छत्रपती संभाजी राजांना राजा जयसिंगाच्या छावणीत ठेवायचं आणि जेव्हा आग्र्याहून सुटका झाली तेव्हा त्यांच्या जीवाला काही धोका होऊ नये म्हणून मनावर दगड ठेवून आपल्या पुत्राची निधनाची वार्ता सगळीकडे पसरवायची.

कसं जमत हो राजे तुम्हाला?

खरंच इतका कठोरपणा तेही अगदी वज्रा सारखा फक्त एक महान राजाचं करू शकतो. स्तिथी कशी जरी आली तरी एकदम निर्धाराने राहणारा माझा राजा शिवछत्रपती.

श्रीमंत योगी

माझ्या मते श्रीमंत योगी ही सर्वोत्तम उपाधी आहे. बघा ना श्रीमंत आणि योगी हे दोन्ही ही विरोधाभासी शब्द आहेत. श्रीमंत भोगदर्शक भासतो तर योगित्व हे त्याग दर्शक. हे दोन्ही विरोधी शब्द एकत्र करून "उपभोग शून्य स्वामी" ही संकल्पना या ठिकाणी सांगितली आहे.

तोरण्याच्या डागडुजी वेळी सोन्याचा हंडा मिळाला पण राजांनी ते स्वतः साठी न वापरता त्यातून राजगड उभारला. आजच्या जगातील लोक हा विचार करू शकले असते का? पुढं किती तरी सोन मिळालं पण सर्व स्वराज्य खर्ची घातले. स्वतः उपभोग शून्य स्वामी, श्रीमंत योगी. म्लेंच्छावरती ज्यांचं वर्चस्व आहे, असे शिवराय रयतेचे सर्वस्व आहेत. स्वराज्याचे स्वामी, श्रीमंत योगी. याच गुणाचं अजून एक उदाहरण म्हणजे आजकालच्या नेत्यांसारखे त्यांनी कधीच जाहीरनामे काढले नाहीत.

गेल्या ३ वर्षांत मी काय केल? पुढील ५ वर्षांत मी काय करणार? अफझलखानाला कस मारलं? आग्र्याची कशी सुटका झाली?

स्वतःबद्दल काहीच लिहलं नाही. फक्त शाहिस्तेखानाचा एक संदर्भ महाराजांनी लिहलेला आढळतो. शिवछत्रपतींनी राजापूरच्या रत्नागिरी जिल्ह्यातील रावजी सोमनाथ नावाच्या सुभेदाराला लिहलेले एक पत्र आहे, त्यात राजे असे म्हणतात कि "मी शाहिस्तेखानावर चालून गेलो आणि कशा रीतीने आम्ही आत घुसलो. शाहिस्तेखानावर घाव घातला, अंधार होता. मला असे वाटले कि शाहिस्तेखान मेला. मेला या कल्पनेने आम्ही तिथून निघून आलो आणि मग दुसऱ्या दिवशी खबर आली कि तो मेला नसून त्याच्या उजव्या हाताची ३ बोटे तुटली आहेत."

एवढे एकमेव पत्र शिवरायांनी काय केले, याच्या संबंधाने सापडलेले आहे. बाकी कुठेही त्यांनी स्वतःच्या पराक्रमाची वाच्यता केली नाही. कुठेही उल्लेख सापडत नाही, बहुधा हा शिवछत्रपतींचा कटाक्षच असावा. म्हणूनच ते श्रीमंत योगी ही पदवी देखील सार्थ ठरवतात.

कवी भूषण शिवछत्रपतींची स्तुती करताना म्हणतात,

साजि चतुरंग सैन अंग में उमंग धरि
सरजा सिवाजी जंग जीतन चलत है
भूषण भनत नाद बिहद नगारन के
नदी-नद मद गैबरन के रलत है
ऐल-फैल खैल-भैल खलक में गैल गैल
गजन की ठैल –पैल सैल उसलत है
तारा सो तरनि धूरि-धारा में लगत जिमि
थारा पर पारा पारावार यों हलत है

या श्लोकात महान कवी भूषणजी म्हणतात, छत्रपती शिवराय आपल्या चारही प्रकारच्या सैन्याला सजवून आणि अंगात उत्साह धारण करून युद्ध जिंकण्यासाठी निघाले आहेत.

कवी म्हणतो की युद्धाला जाताना ढोल-ताशांचा आवाज जसा घुमत असतो, तसा हत्तींच्या कानातून पडणाऱ्या मदापासून नदी वाहू लागल्या आहेत. सैन्याच्या धावपळीमुळे सर्व रस्ते विस्कळीत झाले आहेत आणि हत्तींच्या धक्क्याने पर्वत उन्मळून पडत आहेत.

सैन्याने उडवलेल्या धुळीमध्ये सूर्य ताऱ्यांसारखा दिसतो. आणि पृथ्वीच्या कंपनांमुळे, एका पात्रावर ठेवलेला पारा ज्या प्रकारे हलतो त्याच प्रकारे महासागर फिरत आहे. अशा उच्च शब्दांमध्ये स्तुती करून कवी भूषण पुढे जाऊन म्हणतात,

इंद्र जिमि जंभ पर, बाढव सुअंभ पर

रावन सदंभ पर, रघुकुलराज है

पौन बारिबाह पर, संभु रतिनाह पर

ज्यों सहसबाह पर, राम द्विजराज है

दावा द्रुमदंड पर, चीता मृगझुंड पर

भूषन वितुंड पर, जैसे मृगराज है

तेज तम अंस पर, कान्ह जिमि कंस पर

त्यों मलिच्छ बंस पर, सेर सिवराज है

जंभासुरावर जसा इंद्र, सागरास जसा वडवानल, प्रभू श्रीराम जसे रावणास, मेघमंडलास जसा पवन, शिवशंभू हा मदास, सहस्र बाजूस परशुराम, वृक्षवल्लरीस दावाग्री, हरणांच्या कळपावर चित्ता, हत्तीस जसा सिंह, तिमिरास जसे तेज, कंसास जसा कान्हा तसा या म्लेंच्छ वंशा वर शेर

शिवराय विजय मिळवता झाला. शिवरायांचं अशा शब्दांमध्ये केलेलं वर्णन हे आज देखील प्रेरणादायी आहे.

छत्रपती शिवाजी महाराजांचं शौर्य अफाट, त्याला काही सीमा नाही. कधी बुद्धीच्या बळावर, तर कधी शक्तीच्या बळावर, वेळप्रसंगी गनिमी कावा करून पण महाराजांनी यशाचं शिखर गाठलं. माझ्या मते प्रत्येक गोष्ट शेवटपर्यंत घेऊन जाण्यासाठी माणसाकडे संयम असणं खूप महत्त्वाचं आहे.

जेव्हा तुमच्या बुद्धीला शक्तीची साथ मिळते तेव्हा जगातील कोणतीही शक्ती तुम्हाला पराभूत करू शकत नाही.

शिवरायांनी राज्य स्थापन केले, फक्त एवढंच नाही तर त्या राज्याचा विस्तारही केला. रयतेला लेकराप्रमाणे सांभाळणारा असा हा राजा होता. स्वराज्यातील स्त्रियांना, शेतकऱ्यांना, साधू संतांना कोणताही उपद्रव होऊ नये यासाठी ते नेहमीच प्रयत्नशील होते. परमुलुखात जो बायका पोर धरील त्याची गर्दन मारली जाईल, हे त्यांचे सैनिकांना शब्द होते. त्यांचं सामाजिक, राजकीय, आर्थिक, धार्मिक, शैक्षणिक धोरण पाहिलं तर शिवछत्रपती हे एक लोक कल्याणकारी राजा होते हेच स्पष्ट होत.

गनिमाच्या देखतां फौजा । रणशूरांच्या फुरफुरिती भुजा ।
ऐसा पाहिजे किं राजा । कैपक्षी परमार्थी ॥

• • •

॥ हर हर महादेव ॥
॥ जय जिजाऊ जय शिवराय जय शंभुराजे ॥

कलियुगातील शिवभक्त

॥ कलिकालभुजंगमावलीढं निखिलं धर्मवेक्ष्य विक्लवं य:
जगत: पतिरंशतोवतापो: (तीर्ण:) स शिवछत्रपतिजयत्यजेय ॥

कलियुगात हे मुघल सापासारखे पृथ्वीवर विळखा घालून बसले आहेत. जगाचे पालनपोषण करणाऱ्या भगवान विष्णू यांनी जसा जगाच्या उद्धारासाठी अवतार घेतला, अगदी त्याचप्रमाणे आज छत्रपती शिवाजी महाराजांनी या जुलमी मुघल राजवटीपासून पासून पृथ्वी जिंकून मुक्त केली आहे. या शब्दांमध्ये छत्रपती संभाजी महाराजांनी बुधभूषण मध्ये आपल्या वडिलांची म्हणजेच शिवछत्रपतींची स्तुती केलेली आहे.

छत्रपती शिवाजी महाराजांकडून आजची तरुणाई अनेक गोष्टी शिकू शकते. पुढे काही महत्त्वाच्या गोष्टी दिल्या आहेत. स्वतःला शिवप्रेमी किंवा शिवभक्त समजत असतानाच या गोष्टी समजून घेणं फारच महत्त्वाचं ठरतं. कारण या कलियुगात एक शिवभक्त म्हणून जगायचं असेल तर काही गोष्टींची काळजी घेणं आवश्यक आहे.

शिवरायांचं किंवा त्यांच्या विचारांचं अनुकरण करताना एक गोष्ट नक्की लक्षात ठेवा, विठ्ठल मात्रा घ्यावी त्याने पथ्ये सांभाळावी.

नेतृत्व आणि नेतृत्व कौशल्ये

शिवाजी महाराजांचा प्रभावी नेतृत्व त्यांनी त्यांच्या राज्याची स्थापना आणि संरक्षण करण्यात दाखवलेला धैर्य, बुद्धिमत्ता आणि रणनीती यांच्या आधारे होते.

स्वाभिमान आणि स्वातंत्र्य

महाराजांना त्यांच्या स्वातंत्र्याचे वीरगाथा प्रचंड मान आहेत. आपल्या स्वाभिमानासाठी आणि देशाच्या स्वातंत्र्यासाठी कसे लढावे याचा आदर्श त्यांनी तरुणांना दिला आहे.

ध्येयप्राप्तीची कठोरता

महाराजांचे जीवन हे त्यांच्या ध्येयाच्या दिशेने श्रम आणि दृढनिश्चयाचे उदाहरण आहे. तरुणांनी हे शिकून आपल्या ध्येयांच्या मागे कसे लागावे हे शिकावे. या गोष्टी तरुणांना प्रोत्साहित करु शकतात.

आदर

महाराजांनी नित आचरणाचा आणि न्यायाचा आदर केला. त्यांनी सर्वांना समानतेने वागवले आणि आदर दिला. हे मूल्ये आजच्या समाजात खूप महत्त्वाचे आहेत.

सामाजिक न्याय आणि एकता

महाराजांनी सामाजिक न्यायाच्या तत्त्वांचे पालन केले आणि सर्व जातीधर्मांच्या लोकांना एकत्र आणले. विविधतेत एकता कशी साधावी हे त्यांनी शिकवले. अठरापगड जातीतले लोक स्वराज्यात एकत्रित सौख्याने राहत होते.

होय, स्वतःला शिवभक्त म्हणवून घेतो आम्ही

"आई वडिलांच्या स्वप्नांवर चालणारे तुम्ही, रयतेचे धनी।
आमच्या आई वडिलांना म्हातारा म्हातारी म्हणून हिणवणारे आम्ही,
याचीच खंत वाटे मनी॥"

राजमाता जिजाऊ आणि स्वराज्य संकल्पक शहाजीराजे यांच्या मनी जसं स्वराज्य होतं तसंचं ते पुढे शिवरायांनी आपल्या मनगटाच्या जोरावर साकारल. सांगायचं तात्पर्य हेच की शिवराय नेहमी त्यांच्या आई वडिलांच्या मर्जीने वागत होते.

आजच्या युगातील तरुण साधं घरातलं चहाचा कप उचलायचा म्हणलं तरी नको म्हणतो, आई वडिलांचं ऐकत नाही. लग्न होऊन संसाराला लागून त्याला आई वडील नकोसे वाटायला लागतात. त्यांना म्हातारा म्हातारी म्हणून तो हिणवतो.

असो, हे काय एका शिवभक्ताला शोभणार नाही.

"दाही दिशांना अस्मानी संकट असताना निर्भीडपणे तोंड देणारे तुम्ही,
रयतेचे धनी।
थोडं काही आयुष्यात वाईट प्रसंग आले की आत्महत्येसारखा भयाड
मार्ग निवडणारे आम्ही, याचीच खंत वाटे मनी॥"

शिवरायांनी स्वराज्य शून्यातून निर्माण केलं. अनेक संकटाना सामोरे जात त्यांनी बलाढ्य शत्रूंचा सामना केला. अफझल खान, शाईस्ते खान, औरंगजेब अशा शत्रूंचा सामना तर केलाच पण त्याच बरोबर स्वराज्याच सुराज्य देखील केलं. आरमार बांधणी केली. वेळ प्रसंगी तह देखील केला, पण कधीच हार मानली नाही. कधीच कोणासमोर महाराज झुकले नाहीत.

आजच्या या युगामध्ये थोड काही मनासारखं नाही झाल की लोक आत्महत्या करतात. कधी शाळेत, कॉलेज मधे गुण कमी मिळाले, तर

कधी एकतर्फी प्रेमातून, तर कधी व्यवसाय बंद पडला म्हणून... काही ना काही मनात दुःख आल की लगेच आत्महत्या करायला तरुणवर्ग तयार असतो.

असो, हे काय एका शिवभक्ताला शोभणार नाही.

"परस्त्रीला आई आणि बहिण माणून त्यांचा आदर करणारे तुम्ही, रयतेचे धनी ।
वाईट नजरेने डोळ्यातील पुण्य वाया घालवणारे आम्ही, याचीच खंत वाटे मनी ॥"

कल्याणच्या मोहिमेत जो खजिना सापडला त्यात कल्याणच्या सुभेदाराची सून देखील आणली गेली होती. परंतु शिवरायांनी अशीच असती आई आमची तर आम्ही असेच झालो असतो असे उद्गार काढत ओटी खणा नारळाने तिची ओटी भरून तिला सही सलामत तिच्या घरी पाठवून दिल होत. यावरून महाराजांचे स्त्रियांविषयीचे विचार कळतात. रांझ्याच्या पाटलाचा बलात्कार केल्याप्रकरणी चौरंग केला आणि आपण आज त्यांचं नाव घेऊन कस वागतोय.

आजकालची तरुणाई कोणत्या दिशेला चाललीये हेच कळायला मार्ग नाही. परस्त्री ला वाईट नजरेने बघतात, देवाने दिलेल्या दिव्य डोळ्यांच पुण्य वाया घालवतात. बलात्काराच प्रमाण वाढत चाललय.

असो, हे काय एका शिवभक्ताला शोभणार नाही.

"सुपारीच्या खांडाच देखील व्यसन नसणारे तुम्ही, रयतेचे धनी ।
सकाळी सकाळी दिवसाची सुरुवातच टपरीवर करणारे आम्ही, याचीच खंत वाटे मनी ॥"

शिवरायांनी कधीच कोणतं व्यसन केलं नाही. मुघलांच्या दरबारात नर्तकी नाचायला होत्या, राजा सहित सगळं सैन्य मद्य प्राशन करून बेधुंद

होयचे. पण जगातला किंबहुना पहिलाच असा राजा असेल ज्याच्या दरबारात नर्तकी आणि मद्य पानाला जागा नव्हती. ते होते छत्रपती शिवाजी महाराज.

आणि आपण आज काय करतोय, चौका चौकात टपरी असते. थोड्या थोड्या अंतरावर दारूचे दुकान असतात, आपल्या दिवसाची सुरुवातच जर तिथून होत असेल तर आपल्या सारखे करंटे आपणच. आजचा तरुण काय करतोय, सर्रासपणे व्यसन करतोय, कोणी दारू पिऊन तर कोणी सिगारेट तंबाखू घेऊन तर कोणी गेम मध्ये जुगार खेळून. आजची हि तरुणांची अवस्था पाहून फारच वाईट वाटतं.

असो, हे काय एका शिवभक्ताला शोभणार नाही.

"सोन्या-चांदी चा अहंभाव नसावा म्हणून कवड्याची माळ घालणारे
तुम्ही, रयतेचे धनी।
स्वतःच असं काहींच अस्तित्व नसताना स्वतःच्या नावासमोर राजे
लावणारे आम्ही, याचीच खंत वाटे मनी॥"

शिवराय नेहमी कवड्यांची माळ घालायचे, मला वाटत नाही इतर कोनी राजा सोन घालून कवड्याची माळ घालत असेल. इतका मोठा राजा असताना देखील सोन्या चांदीचा त्यांना अहंभाव नव्हता, स्वतः त्यांनी कधी अभिमान केला नाही. ना स्वराज्याचा, ना सोन्याचा, ना राजा असण्याचा. कसलाच गर्व नव्हता शिवरायांना.

आज तरुणांचं उदाहरण घ्या, थोडीफार जमीन असेल किंवा १०-२० तोळ सोन जरी असेल तरी इतक्या गोष्टींचा देखील त्यांना गर्व येतो. कोणाला सौंदर्याचा, कोणाला स्वतःच्या बुद्धीचा तर कोणाला स्वतःकडे असलेल्या प्रॉपर्टी चा गर्व असतो, काही मुलं तर स्वतःच्या नावापुढे राजे लावायलाहि कमी करत नाहीत. स्वतःला राजा म्हणवून घेणं हा एक भयंकर प्रकार आहे. तुम्ही राजे आहात का? कोणी अधिकार दिला तुम्हाला

राजे म्हणून घेण्याचा? एक लक्षात घ्या राजे फक्त एकच, ते म्हणजे शिवछत्रपती.

असो, हे काय एका शिवभक्ताला शोभणार नाही.

"जात-पात मोडून समतेच्या विचारांची ज्योत पेटवणारे तुम्ही, रयतेचे धनी।
२१ व्या शतकातले जाती पाती वरून भांडण करणारे शिलेदार आम्ही, याचीच खंत वाटे मनी॥"

अठरापगड जातींना सोबत घेऊन स्वराज्य बलशाली बनवलं शिवरायांनी, कधीच कोणाची जात बघून त्याला वागवलं नाही. आपण सगळे एक आहोत, आपण मराठी माणसं मराठा आहोत, स्वराज्याचे मावळे आहोत हे त्यांनी सर्वांच्या मनी रुजवलं. पण आजची तरुणाई या बाबतीत भरकटलेली दिसते, २१ व शतक चालु झाल तरी देखील जाती जाती मध्ये आपण भांडण लावत आहे, त्यावरून एकमेकांची पारख करत आहेत.

असो, हे काय एका शिवभक्ताला शोभणार नाही.

"स्वराज्य स्थापन करून शत्रूला पराभूत करून व्यवस्थापनाचे कौशल्य आत्मसात करणारे तुम्ही, रयतेचे धनी।
आळस असल्यामुळे काहीही न करता फक्त सोशल मिडिया वर दिखावा करणारे आम्ही, याचीच खंत वाटे मनी॥"

छत्रपती शिवाजी महाराज एक योध्दा आणि राजा म्हणून तर उत्तम होतेच पण ते एक उत्तम व्यवस्थापक देखील होते. युद्धाचा प्रसंग असो की चातुर्य दाखवायचे असो, त्यांनी नेहमी सर्व गोष्टी यथासांग केल्या. कधीच कुठे कसूर ठेवली नाही, त्यांना आज व्यवस्थापनाचा गुरू म्हणून ओळखलं जात.

आणि आम्ही काय करतोय? घरात बसून फक्त मोबाईल घेऊन सोशल मीडिया वर स्टेटस टाकतोय, महाराजांचा किती मोठा भक्त आहे हे दाखवण्यात व्यस्त झालोय. त्यांच्याकडून आपण एकही गुण घ्यायला तयार नाहीत.

असो, हे काय एका शिवभक्ताला शोभणार नाही.

"उभ्या आयुष्यात जगावं कसं याच मूर्तिमंत प्रेरणास्थान तुम्ही, रयतेचे धनी ।

तुमचे विचार आचरणात न आणता फक्त डिजेच्या तालावर हातात भगवा ध्वज घेऊन नाचणारे आम्ही, याचीच खंत वाटे मनी ॥"

शिवरायांनी ३५० वर्षांपूर्वी केलेली कामगिरी आजही कोणी विसरू शकत नाही, शिवराय हे शक्तीदाता आहेत. ऊर्जेचा प्रेरणास्त्रोत आहेत. या जगात आल्यावर आपण जगायचं कसं हे सांगणारेही मूर्तिमंत उदाहरण म्हणजे छत्रपती शिवाजी महाराजच.

असं असताना देखील आपण कसं वागतोय, आजची तरुणाई कशी वागतीये. आपण *त्यांचे विचार आचरणात आणतोय का?*

नुसतंच शिवजयंतीला डिजेच्या तालावर नाचून शिवराय कळणार नाहीत. भगवा झेंडा घेऊन आपण त्या अश्लील गाण्यांवर नाचतो, आपल्याला त्या भगव्याचा अर्थ माहितीये का?

स्वराज्यासाठी रक्त सांडून मावळ्यांनी त्या भगव्या झेंड्याचं रक्षण केलय आणि तोच घेऊन आजची तरुणाई *मद्यधुंद होऊन डिजेच्या तालावर नाचते.* खूप वाईट अवस्था आहे.

असो, हे काय एका शिवभक्ताला शोभणार नाही.

"शून्यातून विश्व निर्माण करावं तसं स्वराज्याचा अविष्कार करणारे
तुम्ही, रयतेचे धनी।
नवीन काही सुचत नाही, उद्योग करायला पैसा नाही म्हणत नौकरीच्या
नावाने रडणारे आम्ही, याचीच खंत वाटे मनी॥"

शिवरायांनी जेव्हा रायरेश्वर मंदिरात शपथ घेतली, तेव्हा राजांकडे एक किल्लाही नव्हता, आणि जेव्हा राजे छत्रपती झाले तेव्हा ३५० पेक्षा जास्त किल्ले त्यांनी काबीज केले होते. हे कसं काय शक्य झालं, शून्यातून विश्व कसं निर्माण करावं हे फक्त शिवरायांनीच शिकवावं.

आजच्या युगातील तरुणाई रस्त्यावर नोकरी नाही म्हणून हिंडताना दिसते. उद्योगपती होयच म्हणल तर मनात काही विचार येत नाहीत, कोणती व्यवसायाची संकल्पना येत नाही. पैसे नाहीत, नोकरी नाही म्हणून तरुण बेरोजगार होऊन रडत बसतोय. शिवरायांकडून काय शिकलोय मग आपण?

असो, हे काय एका शिवभक्ताला शोभणार नाही.

आपण आत्ता जे वाचन केलं ती होती एक मार्मिक कविता, होय स्वतःला शिवभक्त समजतो आम्ही.

कार्मेंविण राहों नये । नीच उत्तर साहों नये ।
आसुदें अन्न सेऊं नये । वडिलांचेंहि ॥

समर्थ रामदास स्वामींच्या वरील ओव्या आहेत. त्यात ते म्हणतात, रिकामे बसू नका. नेहमी काही ना काही काम करत राहा. तुम्ही कामात मग्न राहिलात तर कोणी तुम्हाला काही बोलणार नाही आणि जरी बोलले तरी तुम्ही त्यांचं काही ऐकून घेऊ नका. काम करतो त्याला कसली भीती आणि कसलं भय. फुकटच खायला मिळाले तरी ते खाऊ नये, आयत मिळतंय म्हणून ते लगेच गिळायचं नसत. खरं तर वडिलांचेही आयते अन्न

खाऊ नये. स्वतः कष्ट करायचं आणि पोट भरायला स्वतः कमवायचं. स्वाभिमानाने जगायला शिका.

आशा आहे कि आजची तरुणाई यावर विचार करेल आणि शिवरायांना अपेक्षित असं वागेल. तेव्हा खऱ्या अर्थाने तुम्ही शिवभक्त व्हाल.

आपण यावर विचार करायला हवा. शिवाजी महाराजांचं नाव घेतलं म्हणजे कोणी शिवभक्त होत नाही. त्यासाठी तसं आचरण लागत तसा अभ्यास लागतो. ज्यावेळी तुम्ही अभ्यास करून गोष्टी शिकतात, त्या क्षणी तुम्हाला कळून येईल कि शिवाजी महाराज हे एक माणूस म्हणून कसे होते. आपण काय केलंय, फक्त छत्रपती शिवाजी महाराज कि जय असं म्हणून त्यांना फक्त मूर्तीच्या स्वरूपात पाहून देवासारखं ठेवलंय. पण त्या देवाकडून काहीतरी घेण्यासारखं आहे हे आपण विसरलोय, तर ते सर्व गुण तुम्ही घेतले पाहिजेत एवढीच माफक अपेक्षा.

छत्रपती शिवाजी महाराजांची शिकवण आजच्या तरुणाईला जीवनाच्या सर्व क्षेत्रात मार्गदर्शन करू शकते आणि त्यांना यशस्वी आणि आदर्श नागरिक बनवू शकते.

या भूमंडळाचे ठायी । धर्मरक्षी ऐसा नाही ।
महाराष्ट्रधर्म राहिला काही । तुम्हाकारणें ॥

• • •

॥ हर हर महादेव ॥
॥ जय जिजाऊ जय शिवराय जय शंभुराजे ॥

शिवराय असे शक्तीदाता

शिवराय आणि तरुणाई

छत्रपती शिवाजी महाराज आणि त्यांचा इतिहास आजच्या तरुणांसाठी प्रेरणादायी आहे. त्यांचे धाडस, निष्ठा आणि दूरदृष्टी हे गुण आजच्या तरुणाईसाठी आदर्श आहेत. छत्रपती शिवाजी महाराजांनी प्रखर धाडसाने आणि मुत्सद्देगिरीने आपल्या राज्याची स्थापना केली. त्यांनी विविध संघर्षांमध्ये आपल्या कुशल नेतृत्वाने विजय मिळवला. आजची तरुणाईही त्यांच्या नेतृत्वगुणांपासून प्रेरणा घेऊ शकते. छत्रपती शिवाजी महाराजांनी आपल्या राज्यात न्याय आणि समतेचे तत्त्व पाळले. त्यांनी महिलांचा सन्मान केला आणि त्यांना संरक्षण दिले.

आजच्या तरुणांनीही समाजात समतेचे, न्यायाचे आणि स्त्रीसन्मानाचे तत्त्व पाळले पाहिजे. त्यांचे धाडस, नेतृत्व व कर्तृत्व आजच्या तरुणाईसाठी प्रेरणादायी आहे. आजची तरुणाई शिवरायांच्या जीवनातील अनेक गुण आत्मसात करू शकते. शिवाजी महाराजांच्या लढवय्या वृत्तीमुळे ते आपल्या

ध्येयांची पूर्तता करण्यात यशस्वी झाले. आजच्या तरुणांनाही कार्यावर दृढ विश्वास ठेवून प्रगती करणे आवश्यक आहे.

शिवाजी महाराजांचे युद्धतंत्र अत्यंत चपळ आणि नियोजित होते. आपल्या ध्येयांसाठी योग्य नियोजन करणे महत्वाचे आहे. शिवरायांनी त्यांच्या मावळ्यांसोबत एकता आणि विश्वासाचे नाते निर्माण केले. आजच्या तरुणांनी असे नेतृत्व करायला शिकायला हवे. शिवाजी महाराजांनी सर्व जाती धर्मातील लोकांना समानतेने वागवले.

तरुणांनीही कोणत्याही भेदभावाशिवाय समाजात न्यायासाठी लढा देणे आवश्यक आहे. शिवरायांचे साहस व दृढ संकल्प त्यांच्या प्रत्येक कार्यात दिसून येते. तरुणपिढीनेही उच्च ध्येयांसाठी मानसिक तयारी आणि कटिबद्धता वाढवणे गरजेचे आहे.

शिवरायांचे विचार आणि तत्त्वे आजच्या तरुणाईसाठी एक दीपस्तंभासारखी मार्गदर्शन करतात. त्यांच्या प्रेरणेने तरुणांनी जीवनात मोठे ध्येय साध्य करायला पाहिजे.

श्रीमान् योगिराजः स पृथिवीमण्डले,
शिवनामा चुलुक कृत आस्त ।
यस्य स्मृत्या च प्रजा,
सुखिनः सन्ति सर्वदा ॥

पृथ्वीवर धन्य असा एक योगी राजा आहे, ज्याच्या नावाने सर्व काही शक्य होत. असा हा राजा, ज्या राजाच्या आठवणीने देखील आजही सर्व लोक खुश होतात असा आमचा हा राजा "शिवछत्रपती".

छत्रपती शिवाजी महाराजांनी आपली भूमी, संस्कृती आणि धर्माचे रक्षण केले. आजच्या तरुणांनीही आपल्या संस्कृतीचा अभिमान ठेवावा आणि तिच्या जतनासाठी प्रयत्न करावा. शिवरायांच्या जीवनातून अनेक

शिकवण मिळतात ज्या आजच्या तरुणाईसाठी मार्गदर्शक ठरू शकतात. त्यांचे जीवन प्रेरणादायी आहे आणि त्यांचे आदर्श आजच्या काळातही तितकेच महत्त्वाचे आहेत.

आजची विदारक परिस्तिथी

श्री शिवाजी महाराज हे महाराष्ट्राच्या इतिहासातील एक महान योद्धा राजा होते. त्यांनी हिंदवी स्वराज्य स्थापन करून हिंदु धर्माचे संरक्षण केले. आपली प्रजा आणि राज्य यांच्याप्रती अप्रतिम आदरभाव ठेवून त्यांनी न्यायाने राज्यकारभार केला. त्यांच्या नेतृत्वातून कौशल्य, धैर्य, आणि प्रचंड आत्मविश्वास दिसला.

अफाट पराक्रम आणि कर्तृत्वाने त्यांनी शत्रूंना प्रतिभ्रष्ट करून स्वराज्याची परंपरा निर्माण केली. त्यांचे विचार हे काळाच्याही पुढे होते. आपण सर्व जण जाणता की महाराजांनी त्यांच्या उभ्या आयुष्यात कधीच माघार घेतली नव्हती. लोक म्हणतील कि मग पुरंदराचा तह म्हणजे माघारच की! पण गड्यानो असं काही नाहीये, पुरंदराचा तह म्हणजे स्वराज्याच्या हितासाठी जाणीवपूर्वक घेतलेला एक योग्य निर्णय होता.

एका दीपस्तंभाप्रमाणे ते आजही तरुणांचे मार्गदर्शन करतात. पण त्यांचे विचार मात्र आपण घेतलेले दिसत नाहीत. आपल्या आचरणातून ते अजूनही जाणवत नाहीत, बहुतेक पाश्चात्य संस्कृतीच्या नादी लागून आपली संशोधक दृष्टी कमी झाली असावी. दिव्याखाली अंधार, अशी तर आपली अवस्था झाली नाही ना?

महाराजांनी एकात्मता शिकवली परंतु आपण आज त्यांचे कितपत पालन करतोय. लहान वयातच १५ व्या वर्षी कोणत्याही बँकेचे कर्ज न घेता जे किल्ले शिवरायांनी घेतले, ते संवर्धन करायचं ही आपल्याला जमू नये ही खूप शरमेची गोष्ट आहे.

शिवरायांना गडपती म्हणलं जातं, त्यांच्या ताब्यात ३५० किल्ले होते पण कधीही त्यावर त्यांनी स्वतःच नाव टाकलं नाही. त्यांना त्याचा कसलाही गर्व नव्हता, आणि आज आपण काही केलं कि लगेच त्यावर स्वतःच नाव शिक्कामोर्तब करायला मोकळे. माझी संकल्पना म्हणून स्वतःचे नाव टाकायचे हा तर एक ट्रेंडच झालाय सध्या.

आजच्या युगात त्यांचा पुतळा आपण उभारु शकतो, त्यावर राजकारण ही बरच होते. पण फक्त पुतळा उभारून काय साधणार आहे? त्यांचे गड किल्लेच जर आपण सांभाळू शकत नाही तर फक्त पुतळा उभारायचा अधिकार आहे का आपल्याला?

कोणत्या तोंडाने उत्तर द्याल शिवरायांना?

एके ठिकाणी एक गाडी होती, त्यावर शिवरायांचा मस्त फोटो होता. गाडीवर एक दाढी वाढलेला, चंद्रकोर लावलेला आणि कानात बाळी असलेला एक तरुण होता. बाजूलाच एक लहान मुलगा त्याच्या आई सोबत चालला होता. त्या तरुणाला बघून तो लहान मुलगा म्हणतो

"आई आई, तो बघ शिवभक्त. मी पण मोठा होऊन असाच होणार."

त्या गाडीवरच शिवरायांचं चित्र बघून आई म्हणते, "हो हो बाळ तूपण असाच हो."

आईला वाटतं गाडीवर छत्रपती शिवाजी महाराज आणि कपाळावर चंद्रकोर म्हणजे नक्कीच त्या समोरच्या मुलावर चांगले संस्कार असणार, माझ्याही मुलाला मी असच घडवणार.

५ मिनिट जातात, तो तरुण गाडीवरून उतरतो आणि हातामध्ये दारूची बाटली घेऊन येतो. ते बघून शेजारी असलेली ती आई तिच्या लहानग्या मुलाचे डोळे झाकते. हे दृश्य बघून खूप वाईट वाटलं कि आपण शिवरायांना दूषण लावतोय.

आपण फक्त महाराजांचा जयजयकार केला, त्यातून काय शिकायला हवं हे मात्र विसरून गेलोत.

आपण कधी विचार केला का कि स्वराज्य कस निर्माण झालं? त्यामागचा हेतू काय होता? का गरज वाटली असेल त्यांना? कस केलं सर्व हे त्यांनी? त्यांचं व्यवस्थापन कस होत? त्यांनी लोकांना कस सोबत घेतलं? फक्त त्यांनाच का जाणता राजा म्हणल जातं?

या सर्व प्रश्नांची उत्तर आपल्याकडे आहेत का? माझं सांगणं एवढंच कि फक्त पुतळे उभारून तुम्हाला ही उत्तर मिळणार नाही, त्यासाठी तुम्ही शिवराय समजून घेणं गरजेचं आहे.

स्त्रियांचा आदर

छत्रपती शिवाजी महाराजांचे स्त्री धोरण हे त्यांच्या आदर्श नेतृत्वाचे एक विशेष वैशिष्ट्य होते. शिवाजी महाराज हे स्त्रियांचा आदर आणि त्यांची प्रतिष्ठा जपणारे राजे होते. त्यांच्या शासनकाळात त्यांनी स्त्रियांच्या सन्मानाचे आणि संरक्षणाचे पालन केले.

१. स्त्रियांचा सन्मान: शिवाजी महाराजांनी त्यांच्या सैन्याला आणि अधिकाऱ्यांना सदैव आदेश दिले की, प्रत्येक स्त्रीचा सन्मान राखला जावा, तिला कोणत्याही प्रकारे त्रास दिला जाऊ नये. त्यांच्या राजवाड्यात आणि सैन्यात स्त्रियांबद्दल आदरयुक्त वर्तन केले जाई.

२. संरक्षण: शिवाजी महाराजांनी स्त्रियांचे आणि मुलींना संरक्षण देण्यासाठी विशेष उपाययोजना केल्या. त्यांनी महिला आणि मुलींवर होणाऱ्या अत्याचारांना आळा बसवण्यासाठी कठोर नियमावली बनवली होती.

३. दंडात्मक कारवाई: जर कोणालाही स्त्रियांचा अपमान करताना आढळले असेल तर त्या व्यक्तीवर कठोर शिक्षा करण्यात येत असे.

४. स्त्री शिक्षण आणि प्रोत्साहन: त्या काळात स्त्रियांना शिक्षणाची संधी मिळावी यासाठी शिवाजी महाराजांनी प्रयत्न केले. स्त्रियांना विविध कला आणि शास्त्रांचा अभ्यास करण्यास प्रोत्साहित केले.

शिवाजी महाराजांचे स्त्री धोरण हे त्यांच्या उच्च नैतिक मूल्यांचे संकेत होते आणि त्यामुळे ते आपल्या काळात आणि त्यानंतरही स्त्रियांच्या हक्कांचे रक्षण करणारे आदर्श राजे ठरले.

आज या भारत देशात, हर एक राज्यात बलात्काराचं प्रमाण वाढलंय, स्त्री शोषणाची बरीचशी प्रकरण होतात. त्यावेळी शिवराय आणि त्यांचं स्त्री विषयक धोरण आठवत. गुन्हा केलेल्या व्यक्तीला एका क्षणाचाही विलंब न होता शिक्षा मिळायची.

बलात्कार करेल त्याचे सगळ्यांसमोर दोन्ही हात दोन्ही पाय कापले जायचे, म्हणजेच त्याला चौरंग करणे असं म्हणतात. या शिक्षेमुळेच कोणाची हिम्मत होत नव्हती तसं कृत्य परत करायची. पीडितेला, तिच्या कुटुंबियाला न्याय मिळायचा. असे न्यायप्रिय छत्रपती शिवाजी राजे होते आणि आपण त्यांचेच अनुयायी आहोत हे प्रत्येक शिवभक्तांनी लक्षात ठेवायला पाहिजे.

समाजातील विकृती दिसली कि राजे तुमची आठवण आल्याशिवाय राहत नाही, तुम्ही असते तर कडक न्याय देऊन हि रयत परत एकदा सुखी केली असती. लोकशाही मध्ये राहत असतानाही कधी कधी वाटत आज खरंच आपण स्वतंत्र आहोत का?

इथल्या माय माऊली सुरक्षित आहेत का? शिवरायांनी निर्माण केलेल्या स्वराज्याचं आपण सुराज्य करायला कुठेतरी नक्कीच कमी पडतोय. लहानपणापासूनच सर्व पालकांनी त्यांच्या मुलांना समोरच्या मुलीबद्दल आदर करायला शिकवायला हवा, हि या कलियुगातील काळाची गरज आहे.

प्रत्येक स्त्री हि आपली बहीण आहे, आपली आई आहे, या वृत्तीची मानसिकता तयार व्हायला हवी. मुलींनादेखील गुड टच, बॅड टच सांगायला हवा.

जेव्हा प्रत्येक मुलगा आणि माणूस शिवछत्रपतींचं स्त्रीविषयक दिलेलं चांगल्या संस्कारांचं आणि विचारांचं सूत्र स्वतःला लावून घेईल, फक्त आणि फक्त तेव्हा या देशाला लागलेलं बलात्काराचं ग्रहण संपेल.

असो, सांगणं इतकंच कि जागे व्हा, सद्‌सद्विवेकबुद्धीने वागा. स्त्रियांचा सन्मान करा, तीच खरी स्वतंत्रता.

शक्तीदाता

फक्त हातात शस्त्र घेतल्याने या आधुनिक युगात क्रांती होऊ शकत नाही. ३५० वर्षांपूर्वी हातात तलवारी घेणं गरजेचं होत. आत्ता वैचारिक शक्तीच अधिष्ठान हवं. बुद्धी, युक्ती आणि शक्ती यांच्या संगमातून आलेली क्रांती चिरायू होते. त्यामुळे आजच्या तरुणाईने शिवरायांकडून विचारांचं हे अनमोल रत्न आत्मसात केलं पाहिजे. शिवराय म्हणजे एक शक्ती आहे, एक ताकद आहे, एक विचार आहे.

शिक्षण हाच या आधुनिक जगातला शिवविचार आहे.

आपण भावकी-भावकी मध्ये भांडतो, भांडण लावतो. आपण सख्ख्या भावासोबत जमिनीच्या तुकड्यासाठी भांडतो. शिवाजी महाराजांचे थोरले बंधू युद्धात मारले गेले होते, तेव्हापासून शिवरायांनी त्यांच्या मर्द मावळ्यांनाच भाऊ मानलं होत. जो राजा त्याचा तो सख्खा भाऊ नाहीये, चुलत भाऊ नाहीये. त्याचा तो फक्त मित्र आहे, त्याला तो सख्ख्या भावाप्रमाणे वागवतो. अशा राजाचे आपण अनुयायी आहोत.

आज आपण त्यांच्याकडून काय आदर्श घेतो?

आपल्यात एक म्हण आहे मराठ्यांची जात हि खेकड्याची आहे. का म्हणलं जात कि मराठ्यांची जात हि खेकड्याची आहे?

आपण ती म्हण बदलू शकत नाही का चांगलं आचरण करून?

आपल्याच लोकांना मागे खेचू नका, उलट त्यांना मदत करा. शिक्षण घेण्यासाठी पुढाकार घ्या, हीच अपेक्षा आहे महाराजांना आपल्याकडून.

बहुत चिंता करूं नये । निसुगपणें राहों नये ।
परस्त्रीतें पाहों नये । पापबुद्धी ॥

समर्थांनी दासबोधामध्ये म्हणलंय, परस्त्रीला पापबुद्धीने पाहू नका. त्यांच्यावर अत्याचार करू नका. आयुष्यात येऊन जास्त चिंताही करू नका. कोणत्या गोष्टीचा तणाव डोक्यावर घेऊ नका. माझ्या मतानुसार, जेव्हा आपण जास्त चिंता करतो तेव्हा माणसाची राखरांगोळी होयला वेळ लागणार नाही. चिंता मधील नुसता अनुस्वार काढला तरी त्याची चिता होते. आपण प्रगती करत असतानाच आपल्या मनावर कशाप्रकारे नियंत्रण ठेवू शकतो हे देखील तितकंच महत्त्वाचं ठरतं.

या आधुनिक जगातल्या स्त्रियांनी शिवचरित्रातून कणखरपणा शिकायला हवा. ज्यावेळी अफझलखान स्वराज्यावर चालून आला होता, तेव्हा एकदा राजमाता जिजाऊ यांना स्मरण करा. काय अवस्था झाली असेल त्या माऊलीची.

ज्या राक्षसाने कपाळाच्या कुंकवाला हात घातला, शहाजीराजांना अटक केली. ज्या राक्षसाने थोरला मुलगा संभाजी राजे यांना धोक्याने मारलं आणि आता धाकटा मुलगा शिवाजी राजे यांनाही तो मारायला आलाय. कोणती आई पाठवेल अशा परिस्थितीमध्ये मुलाला भेटायला? आजच्या काळात तर हे शक्यच नाही.

कणखरपणा काय असतो तर ते म्हणजे राष्ट्रमाता राजमाता जिजाऊ. जिजाऊ म्हणजे तेज, जिजाऊ म्हणजे तप, जिजाऊ म्हणजे त्याग, जिजाऊ म्हणजे त्यागाची तपश्चर्या आणि जिजाऊ म्हणजे एक आईच मूर्तिमंत उदाहरण. त्या डगमगल्या नाहीत, त्यांनी सांगितलं शिवरायांना,

"शिवबा, संभाजीचे उसने घेणे त्या अफझल्यास ठार करणे....."

ज्याचं आचरण योग्य आहे त्याचेच चरण पूजनीय असतात. राजमाता जिजाऊ आणि छत्रपती शिवराय हे सर्व देशातील लोकांना याच कारणामुळे पूजनीय आहेत.

मोहिमेदरम्यान शेतीची नासाडी होऊ नये यासाठी महाराज दक्ष होते. शेतकऱ्यांच्या भाजीच्या देठालाही हात लावू नये. जे लागेल ते विकत घ्यायचे असा सक्त आदेश सैन्यास होता.

स्त्रियांच्या अब्रुवर जर कोणी हात टाकत असेल तर त्याला कडक शिक्षा होई. राझ्याच्या पाटलाची गोष्ट सर्वश्रुत आहेच. या अगोदर राजा बदलला तरी सर्वसामान्य प्रजेच्या जीवनात फरक पडत नसे. जे अत्याचार व्हायचे ते व्हायचेच. परंतु स्वराज्यात परिस्थिती बदलली. राजा लेकरांसारखी काळजी घेत असे. न्याय मिळत असे. अत्याचार करायची कोणी हिम्मत करत नसे. त्यामुळे हा राजा आणि हे राज्य प्रजेला स्वतःचे वाटत असे. शिवाय महाराजांच्या आज्ञापत्रात महाराजांचे व्यक्तिमत्व दिसून येते.

आज अनेक समस्या आहेत, आपण जर डोळसपणे शिवचरित्राचा अभ्यास केला तर अशा असंख्य समस्यांची उत्तरे मिळू शकतात. शिवराय म्हणजे ज्ञानसूर्य आहेत. आकाशात तेजाने तळपणारा सूर्य जसा संपूर्ण पृथ्वीला प्रकाश देतो, तसेच शिवराय हे सद्गुणांचा दिव्य प्रकाश आहे. सूर्याची किरणं जशी शाश्वत आणि अनंत आहेत, त्याचप्रमाणे शिवाजी महाराजांचे चरित्र जगाला नेहमीच प्रेरणा देत. सूर्यप्रकाश आपल्याला बघायला शिकवतो तर शिवचरित्र आपल्याला जगायला शिकवत.

"अहद तंजावर तहद पेशावर, अवघा मुलुख आपला", असं म्हणणाऱ्या एका श्रीमंत राजाचे आपण विचार कोणत्या दृष्टिकोनातून घेतो तेही तितकंच महत्त्वाचं आहे त्यासाठी एक शिवभक्त किंवा शिवप्रेमी असणाऱ्या तरुणाईने काय करावं आणि काय करू नये याच स्वतःच्या आयुष्यात एक सूत्र लावून घेतलं पाहिजे.

शिवरायांना अपेक्षित असं राष्ट्र घडवण्याची शिवछत्रपतींपेक्षा दुसरं मोठं सूत्र कुठेही मिळणार नाही.

आजची विदारक परिस्थिती बघून कधी कधी असं वाटतं कि छत्रपती शिवाजी महाराज आज हवे होते. त्यांचे विचार घेऊन पुढे जाण्यासाठी एखाद्या गुरु प्रमाणे कोणीतरी मार्गदर्शन करायला हवंय. हे शिवराया, अधर्म रोखण्यासाठी तुम्ही धर्म म्हणून या, असत्य संपवण्यासाठी सत्य बनून या, अन्याय थांवण्यासाठी तुम्ही न्याय म्हणून या, सगळीकडे अज्ञान पसरलेले आहे तुम्ही ज्ञान म्हणून या, या पृथ्वीवर अंधार दाटला आहे तुम्ही सूर्य म्हणून या.

बहुतां जन्मांचा सेवट। नरदेह सांपडे अवचट।
येथें वर्तिवें चोखट। नितिन्यायें ॥

• • •

शिवस्तुती

हर हर महादेव की खनक इस भारतवर्ष मे गुंजी थी,
जब बाल शिवबा ने रायरेश्वर मे स्वराज की शपथ ली थी |

काबूल से बंगाल तक जिस औरंगजेब की सल्तनत थी,
वो भी अचंबित रह गया जब शिवबा ने उसको चुनौती दी थी |

मन मे था तुफान आखिर क्यू नही सागर पे अपना राज इतने सालो से,
भारत के नौदल का आरमार बनाया फिर अपने तेज बुद्धी से |

आलमगीर ने फिर भेजी सवारी मामा की, बोला शास्ता खान जला दुंगा प्रजा उस स्वराज की,
रात को उसिके घर मे घुसके किया वार शिवबा ने, आज भी लाल महल सूनाता है कहाणी उन कटे उंगलियो की |

जन्मदिन पे बुलाके औरंगजेब ने जब धोके से अपमानीत करके बंदी बना लिया,
दरबार मे दहाडा शेर शिवबा आग्रा से बंधन तोड के उस अपमान का बदला लिया |

पूछा सब ने स्वराज पे जान लुटाने वाले वो कोन शिलेदार है जी,
तब बोले मराठे सब के लिये बस एक ही नाम काफी है छत्रपती शिवाजी |

बोला अफजल मै लाऊंगा शिवा को जिंदा या मुर्दा ये मेरा प्रण है,
तब शिवबा ने उसका पेट फाडके बताया,पुरे जहाँ को की शेर शिवराज है |

सुजित नामदेव तांबे

शंभुस्तुती

एक कवी के जैसे उसका कोमल सा मन था,
लेकीन युद्धभूमी मे वही रुद्रसा तांडव करता था |
पुरुषो की दुनिया मे जब औरत को कम समझा था,
तब उसी शंभु ने पत्नी को राजपाठ पढाया था |

शील जानने वाला वो शिलवंत, संस्कृतपंडित वो बुद्धिवंत,
एक भी लढाई हारने न वाला वो शौर्यवंत |

बचपन मे भी गया था, वो जवानी मे भी गया था,
दुष्मन के तट पे वो बस स्वराज्य बचाने ही गया था |
सभी सुखो को छोड के वो स्वराज्य के लिये खडा था,
सागर मे सेतू का संकल्प प्रभु श्रीराम के बाद बस शंभु ने ही किया था |

दुष्मन को हराने के लिये किया था जिसने गनिमी कावा,
वो धगधगती आग सा शिव का था छावा |

सामने था सिद्धी, औरंगझेब, फिरंगी ..था चिक्कदेवराजा,
उन सबपे भारी पडा था बस एक ही शंभूराजा |
चारो दिशा मे पिता का था गुणगान, जिनके सामने हमेशा था वंदन,
उन्ही के पथ पे चलकर अमर हुआ शिवनंदन |

काल की चौकट पे भी नहीं हुई जिसकी पराजय,
मौत भी नतमस्तक है, वो बस एक ही शंभु मृत्युंजय |

सुजित तांबे यांचा परिचय

नाव: श्री. सुजित नामदेव तांबे

जन्मतारीख: ३० जुलै १९९५

शिक्षण: Diploma, BE, MBA

पत्ता: अमित हाईटस आंबेगाव पुणे ४११०४६

मूळ गाव: चिंचपूर ढगे ता. भूम जि. धाराशिव

दूरध्वनी क्रं: ८३०८७६३६५०

श्री. सुजित नामदेव तांबे यांचा जन्म ३० जुलै १९९५ रोजी धाराशिव येथे झाला असून त्यांचे मूळ गाव चिंचपूर ढगे आहे. त्यांच्या लहानपणापासूनच ते पुण्यात वास्तव्यास आहेत. लेखक हे उच्च शिक्षित असून त्यांचं शिक्षण अभियांत्रिकी आणि व्यवस्थापन क्षेत्रात झालेले आहे. MBA या व्यवस्थापन क्षेत्राचा अभ्यास करत असताना त्यातील बरेच व्यवस्थापनातील सिद्धांत हे शिवकाळातील आहेत असं त्यांच्या लक्षात आले आणि तसं त्यांनी शोध निबंध हि प्रकाशित केले आहेत. त्यावरूनच हे ग्रंथरुपी पुस्तक लिहिण्याचा मानस त्यांनी केला.

प्रकाशित ग्रंथ:

१. Chhatrapati Sambhaji Maharaj: An Invincible King (Excello Publishers)
२. Medicolegal Services (Symbiosis Center for Distance Learning Institute)
३. कविता संग्रह (Notion Press)

व्यवस्थापनाबरोबरच आजच्या तरुणाईने शिवप्रभूंचा आदर्श घेऊन कसं वागावं यासाठीही आपण शिवचरित्रातून शिवरायांचे आणि त्यांच्या जीवाभावाच्या सरदारांचे दाखले घेऊन काही लिखाण करू शकतो का? या भावनेने हे पुस्तक पूर्णत्वास नेलं आहे. शिवरायांच्या आयुष्याचं जे सूत्र होत तेच सूत्र आपण आजच्या युगात वापरू शकतो का? असा संकल्प या पुस्तकाच्या रूपाने लेखक सुजित तांबे यांनी लिखाणातून मांडलेला दिसतो.

पुण्यश्लोक छत्रपती शिवाजी महाराज आणि धर्मवीर छत्रपती संभाजी महाराज या दोन राष्ट्र दैवतांचा त्यांच्यावर प्रभाव असल्यामुळेच त्यांनी समाज प्रबोधन करण्याच्या हेतूने महाराष्ट्रात ठिकठिकाणी जाऊन शिव-शंभू चरित्रावर व्याख्यान देखील केलेली आहेत.

"छत्रपती संभाजी महाराज: अन इन्व्हिन्सिबल किंग" या नावाचा इंग्रजी भाषेतील ग्रंथ त्यांनी लिहून २०२२ ला प्रकाशित केलेला आहे, तसेच कविता संग्रह आणि व्यवस्थापन क्षेत्रातील अनेक पुस्तके त्यांनी लिहलेली आहेत. त्यांच्या इतिहासातील लिखाणासाठी आणि युवा शिवव्याख्याते म्हणून समाज कार्यासाठी त्यांना "वीर शिवछत्रपती महाराष्ट्ररत्न २०२४" या पुरस्काराने सन्मानित करण्यात आले आहे.

"ध्यास आमचा आहे जगाच्या वेगळा,
अंधारात लावू शिव-शंभू तेजाच्या ज्वाळा"

संदर्भग्रंथ

- कवींद्र परमानंद कृत शिवभारत - भारत इतिहास संशोधक मंडळ, पुणे
- छत्रपती शिवाजी महाराज: व्यवस्थापन गुरु आणि व्यूहरचनाकार - डॉ. गिरीश जाखोटिया
- छत्रपती शिवाजी महाराज - प्र. न. देशपांडे
- History of Aurangzeb - Jadunath Sarkar
- आज्ञापत्र - रामचंद्रपंत अमात्य
- शिवराज्याभिषेक: भारताच्या इतिहासातील असामान्य घटना - सदानंद मोरे
- Shivaji's Visit to Aurangzeb at Agra - Jadunath Sarkar
- History of Marathas - S. G. Kolarkar
- मराठ्यांचे स्वातंत्र्य युद्ध - डॉ. जयसिंगराव पवार
- रायगडची जीवनकथा - शांताराम आवळसकर
- मुघल-मराठा संबंध - जी. टी. कुलकर्णी
- जेधे शकावली - डॉ. ए.आर. कुलकर्णी
- छत्रपती शिवाजी - सेतू माधवराव पगडी
- मराठे व औरंगझेब - सेतू माधवराव पगडी
- Organizational Behavior
- Leadership Learning from Chhatrapati Shivaji Maharaj - Cyrus Gonda & Dr. Nitin Parab
- प्रतापगडचे युद्ध - श्री. मोडक
- पन्हाळगडचा वेढा - मुं. गो. गुळवणी

- पोर्तुगीज मराठे संबंध - पिसुर्लेकर
- श्री राजा शिवछत्रपती - गजानन मेहेंदळे
- Shivaji The Management Guru - Namdevrao Jadahv
- शिवाजी महाराजांचे अर्थशास्त्र - नामदेवराव जाधव
- मराठ्यांच्या इतिहासाची साधने - वि. का. राजवाडे
- अग्निगंध - अक्षय गोपाल चंदेल
- शिवाजी के मैनेजमेंट के सूत्र - प्रदीप ठाकूर
- Chhatrapati Sambhaji Maharaj: An Invincible King – Sujit Tambe
- A study of Inspirational stories behind the startups by Chhatrapati Shivaji Maharaj – Sujit Tambe
- A study of Comparative analysis between Tuckman's Five stage group development model & Maratha History - Sujit Tambe